ദുർഗാഷ്ടമി

HORROR NOVEL

വിനോദ് നാരായണൻ

ഉള്ളടക്കം

ആമുഖം

മലയാളത്തിൽ ഇതുവരെയുണ്ടായിട്ടുള്ള മന്ത്രവാദനോവൽ സാഹിത്യത്തിൽ നിന്നും തികച്ചും വിഭിന്നമായ ഒരു ആസ്വാദനതലത്തെ മുന്നിലേക്കു വയ്ക്കുകയായിരുന്നു വിനോദ് നാരായണൻ എഴുതിയ മന്ദാരയക്ഷി എന്ന നോവൽ. സലോമി എന്ന യുവതി ധനികനായ ഒരു വികലാംഗനെ കല്യാണം കഴിച്ചു. അവൾക്ക് ഒരു കാമുകനുണ്ട്. അവനോടൊപ്പം ജീവിക്കുന്നതിനും സ്വത്ത് കൈക്കലാക്കുന്നതിനുമായി അവൾ ഒരു ജ്യോത്സ്യയെ സമീപിച്ചു. ഒരു തെളിവുകളും അവശേഷിക്കാതെ ഭർത്താവിനെ കൊല്ലാൻ കഴിയണം. അത് ഒരു ആഭിചാരക്രിയയിലൂടെ സാധ്യമാകണം. അതിനായി വയനാടൻ കാട്ടിലെ മുത്താറമലയിലെ ഉത്തസ്വാമി എന്ന മന്ത്രവാദിയെ അവൾ കാണുന്നു. അവിടെവെച്ച് അവളിൽ മന്ദാരയക്ഷി എന്ന ഒരു വടക്ഷിണി ചേക്കേറുന്നു. പിന്നെ അവൾ ആറു വിചിത്രമായ കൊലപാതകങ്ങൾ നടത്തുന്നു. മന്ദാരയക്ഷി എന്ന നോവലിലൂടെ ആദ്യഭാഗം പൂർത്തിയായി. ആ നോവലിന്റെ രണ്ടാം ഭാഗമാണ് ദുർഗാഷ്ടമി. അതിന്റെ കഥാപാത്രങ്ങളെ സന്നിവേശിപ്പിച്ചുകൊണ്ട് അതിതീവ്രമായ ഒരു ത്രില്ലർ മാന്ത്രികനോവലിനെ അവതരിപ്പിക്കുകയാണ് വിനോദ് നാരായണൻ ദുർഗാഷ്ടമി എന്ന ഈ നോവലിലൂടെ.

1

"എന്നിൽ ഉയിരെടുത്ത കണ്ഠകകറ്റന്റെ ബീജത്തെ കാട്ടിൽ വിസർജിച്ചിട്ട് പ്രതികാരദാഹത്തോടെ മൂത്താറമല കയറുമ്പോൾ ഞാൻ പഴയ സലോമിയായിരുന്നു. ഒറ്റക്കണ്ണൻ ഉത്തസ്വാമിയെ എന്റെ നഗ്നമേനിയിൽ ചേർത്തുപിടിച്ച് അയാളുടെ ഹൃദയത്തിൽ ഒരു ആഭിചാരനരിക്കുമ്പളങ്ങയിൽ കത്തി കുത്തി ഇറക്കുന്നതുപോലെ കഠാരയാഴ്ത്തി രക്തം ചീറ്റിത്തെറിക്കുമ്പോൾ ഞാൻ എന്റെ പ്രതികാരത്തിന്റെ ഉത്തുംഗശൃഗത്തിലായിരുന്നു. ആ ദൗത്യം കഴിഞ്ഞപ്പോൾ ഞാൻ പിന്നെ ശൂന്യതയിലായി. മുത്താറമലയിറങ്ങിയാൽ ഞാൻ പോലീസ് പിടിയിലാകും. എന്റെ ഭർത്താവ് സെബാസ്റ്റ്യൻ, അയാളുടെ സഹോദരൻ വില്യംസ്, എന്റെ കാമുകൻ സന്ദീപ്, അത്ഭുതരോഗശാന്തി നൽകുന്ന ഫാദർ ഗ്രിഗോറിയോസ് അനസ്താസി ഇവരുടെയെല്ലാം കൊലപാതകങ്ങൾക്ക് താനുത്തരം പറയണം. അതുകൊണ്ട് ഞാൻ ഇപ്പോൾ സലോമിയല്ല, മന്ദാരയക്ഷിയാണ്. കണ്ഠകകറ്റന്റെ സുരതസുഖത്തിനായി യാചിക്കുന്ന മന്ദാരയക്ഷി....'

ചുവന്ന പട്ടുടുത്ത് അവൾ പൂജാമുറിയിൽ പത്മാസനത്തിൽ ഇരുന്നു.

നിലവിളക്കുകൾ കൊളുത്തി വച്ചിരുന്നു.

മുറിയിലെങ്ങും അഷ്ടഗന്ധത്തിന്റെ സൗരഭ്യം നിറഞ്ഞു നിന്നു.

കണ്ഠകകറ്റന്റെ വിഗ്രഹത്തിനു മുന്നിൽ അരൂപിയായി ഒറ്റക്കണ്ണൻ ഉത്തസ്വാമിയുടെ ആത്മാവ് പ്രത്യക്ഷപ്പെട്ടു.

'സലോമി, നീ എന്റെ നിയോഗത്തിന്റെ ഭാഗം മാത്രമായിരുന്നു. അതുകൊണ്ട് നീയെന്റെ ശത്രുവല്ല, എനിക്ക് പ്രിയപ്പെട്ടവളാണ്. എന്റെ

ഹൃദയത്തിൽ നീ കഠാരയാഴ്ത്തുമ്പോൾ അതിന്റെ വേദനയേക്കാൾ എന്നെ അനുഭൂതിയിലാഴ്ത്തിയത് നിന്റെ നഗ്നമായ ജഘനത്തിന്റെ ചൂടായിരുന്നു. ഇനി എന്റെ സകല മൂർത്തികളും നിന്റെ വരുതിയിലായിരിക്കും. എനിക്കൊരു എതിരാളി ഉണ്ടായിരുന്നു. ഷൊർണൂരിനിപ്പുറത്ത് മംഗലത്ത് തറവാട്ടിലെ കൊച്ചുകുട്ടൻ പണിക്കർ. എന്നെ മുത്താറമലയുടെ മുകളിലേക്ക് ഓടിച്ചു കയറ്റിയത് അയാളായിരുന്നു. എന്റെ മകൻ അനൂപിന് നായ്ജന്മം സമ്മാനിച്ചതും അവനായിരുന്നു. അവനേയും കുടുംബത്തേയും നശിപ്പിക്കുക എന്നൊരു ലക്ഷ്യം മാത്രമായിരുന്നു പിന്നീടുള്ള എന്റെ ജീവിതത്തിന് . അത് ഏതാണ്ടൊക്കെ സഫലമായി. അവന്റെ മൂലകുടുംബദേവതകളെല്ലാം എന്റെ ചൊൽപ്പടിയിലാണ്. അവന്റെ പരദേവതകളെല്ലാം അവനെതിരായി. പഞ്ചമൂർത്തികളെ ഇട്ടു ബന്ധിച്ചുകൊണ്ട് അവന്റെ കുടുംബത്തെ ഞാൻ ഇല്ലായ്മ ചെയ്തു. അവനും കുടുംബത്തിനും ഒരു ദേവതയുടെ അടുക്കൽ നിന്നും അഭയം ലഭിക്കില്ല. പക്ഷേ ചില കരടുകൾ അവശേഷിക്കുന്നുണ്ട്. ചില ദുർനിമിത്തങ്ങൾ ഞാൻ കാണുന്നുണ്ട്.'

സലോമി ചിരിച്ചു:

'ഞാനെന്തിനാണ് നിങ്ങളുടെ പ്രതികാരം നടപ്പാക്കുന്നത്. എനിക്കതിന് സൗകര്യമില്ലെങ്കിലോ?'

'നീയതു ചെയ്യും സലോമി. നിനക്കതു ചെയ്യാതിരിക്കാനാവില്ല. ഞാൻ ഇപ്പോൾ ഒരു അറുകൊലയുടെ സ്വരൂപമാണ് സ്വീകരിച്ചിരിക്കുന്നത്. ഗ്രഹനിലയിൽ ഞാൻ ഗുളികനായി മറഞ്ഞുകളിക്കും. എന്നെ കണ്ടുപിടിക്കാൻ ആർക്കുമാവില്ല.'

'എന്റെ മനസിനെ അടക്കാൻ നിങ്ങൾക്കു കഴിയുമോ?'

'നിനക്ക് നിന്റെ മനസിൻമേലുള്ള നിയന്ത്രണം നീയാദ്യം എന്നെ വന്നു കണ്ടപ്പോഴേ നഷ്ടമായി. നിന്റെ മനസിനെ നിയന്ത്രിക്കുന്നത് ഞാനാണ്. എന്റെ ആത്മാവിനെ നീ മോചിപ്പിച്ചതും ഞാൻ വിചാരിച്ചിട്ടു തന്നെയാണ്.'

അരൂപിയായ ഉത്തമസ്വാമിയുടെ വചനങ്ങൾ കേട്ട് സലോമി നടുങ്ങി. അവളുടെ ഉപസ്ഥത്തിൽ നിന്നും ഒരു തരിപ്പ് പടർന്നുമേലോട്ടു കയറി.

ഉത്തമസ്വാമി തുടർന്നു:

'ഞാൻ ഇപ്പോൾ നിന്നോടാവശ്യപ്പെട്ടാൽ നീ ആത്മഹത്യയും ചെയ്യും.

ഒരു പക്ഷേ താനങ്ങനെ ചെയ്തേക്കുമെന്ന് സലോമിക്ക് തോന്നി.'

അവൾ കൈകൂപ്പി:

'എന്നോട് ക്ഷമിക്കണം. ഞാനെന്താണ് ചെയ്യേണ്ടത്?'

'നിനക്കു ചെയ്യാനുള്ളത് അപ്പപ്പോൾ കർണപിശാചിനി നിന്റെ കാതിൽ ഉപദേശിച്ചുതരും. അല്ലാത്തത് ഞാൻ വന്നു നിനക്കു പറഞ്ഞുതരും.'

'അങ്ങനെ ചെയ്യാം സ്വാമി.'

'ഒരു കാര്യം ഓർമവച്ചോളൂ. നിനക്ക് മന്ത്രസിദ്ധികൾ ലഭിക്കും. പക്ഷേ എന്നെ ബന്ധിക്കാമെന്ന് സ്വപ്നത്തിൽ പോലും വിചാരിക്കേണ്ട. അങ്ങനെയെന്തെങ്കിലും ചെയ്യാൻ നീ മുതിർന്നാൽ അനന്തരഫലങ്ങൾ ഭീകരമായിരിക്കും.'

ഉത്തസ്വാമി അതുപറഞ്ഞിട്ട് ഒരു നേർത്ത മന്ദമാരുതനെപ്പോലെ അവളെ പൊതിഞ്ഞു. അവൾ അനിർവചനീയമായ ഒരു ആനന്ദത്തിലേക്ക് എടുത്തെറിയപ്പെട്ടു. സുരതക്രിയയുടെ ഉത്തുംഗമായ ഉന്മാദാവസ്ഥയിലായിരുന്നു അവൾ.

2

കോയമ്പത്തൂർ വിരാട്പെട്ട് സെൻട്രൽ ജയിൽ.

വലിയ ഒരു ജയിൽവളപ്പാണത്. കുപ്രസിദ്ധരായ ഒത്തിരിപേർ അവിടെ ജിവിതം ചിലവഴിക്കുന്നുണ്ട്.

കൂറ്റൻ ഇരുമ്പുവാതായനങ്ങൾക്ക് കാവലുണ്ടായിരുന്ന തോക്കേന്തിയ പാറാവുകാർ അകത്തളങ്ങളിൽ എവിടെയോ നിന്ന് ആ ഭീകരമായ അലർച്ച കേട്ടു. അവർ പരസ്പരം നോക്കി.

'ശെന്താവ്..അവൻ ആരംഭിത്താൻ... അവനുടെ അലർകൾ കൊടുരമാനതു..'

'കടവുളേ, ഒരു മനിതന് ഇവ്വളെ കാട്ടമുടിയുമാ...?'

അവരിലൊരുവൻ ക്രിസ്ത്യാനിയായതുകൊണ്ട് അവൻ അതിദ്രുതം കുരിശു വരച്ചു.

ഭീകരത തളം കെട്ടിയ ജയിലവളപ്പിലെ പഴകിയ പടുകൂറ്റൻ കെട്ടിടങ്ങളുടെ അകത്തളങ്ങളിൽ ശെന്താവിന്റെ അലർച്ച പ്രതിദ്ധ്വനിച്ചു.

ജയിലറുടെ ഓഫീസിൽ അയാൾ തീർത്തും അസ്വസ്ഥനായിരുന്നു.

ജയിലർ വല്ലീശനായകർ ഇൻസ്പെക്ടർ സെൽവരാജിനോടു ചോദിച്ചു:

'ശന്താവിൻ റിലീസ് ഡേറ്റ് ഇന്ട്രഡ് അല്ലയാ.?'

'ആമാ സർ....'

'അവരട്ടു തലമുടിയെയും താടിയെയും വെട്ടവില്ലെയാ..?'

'അതെല്ലാം സിരൈ വിധികൾക്ക് എതിരാണ്.. ആനാൽ എന്ന സെയ്യത്....'

'സർ അവരുക്ക് സില സിദ്ധികൾ ഉള്ളനാ..സില ഇരവുകളിൽ അവൻ വെളിയിൽ നടപ്പട്ടെ പലർ പാർത്തിരുക്കറാർകൾ..അവനെ യാരും തനിയാകൈ വിട്ടതില്ലെ... .അതു താന് ഉണ്മൈ.. അതിശയം..'

സെൽവരാജ് വിസ്മയത്തോടെ അതു പറഞ്ഞപ്പോൾ ജയിലരും മൂകനായി. കാരണം അതേപ്പറ്റി അയാൾക്കും നന്നായറിയാം. ശെന്താവ് പല രാത്രികളിലും പുറത്ത് നിലാവിൽ നടക്കുന്നത് പലരും കണ്ടിട്ടുണ്ട്. ചിലപ്പോൾ കൂറ്റൻ മതിലിന് മുകളിൽ പാറിപ്പറക്കുന്ന മുടിയും താടിയും അരയിലൊരു ഒറ്റമുണ്ടുമായി പൗർണമിരാവിന്റെ പശ്ചാത്തലത്തിൽ പ്രത്യക്ഷപ്പെടും. ഗാർഡുമാർ ഓടിപ്പോയി ശെന്താവിന്റെ മുറിയിൽ നോക്കും. അവനവിടെ പത്മാസനമിട്ട് ധ്യാനത്തിൽ മുഴുകി ഇരിക്കുന്നുണ്ടാകും.

ജയിലര് പറഞ്ഞു:

'ഹേയ് സെൽവരാജ്, അവരുടെ സിരൈ വാൽക്കൈ ഇന്ത്രു മുടിന്തുവിട്ടാട് എന്ത്രു നിങ്കൾ അവരിടും സൊല്ലുങ്കൾ.'

'യേസ് സർ..'

സെൽവരാജ് മേശപ്പുറത്തിരുന്ന തൊപ്പി എടുത്ത് തലയിൽ വച്ച് സെല്ലുകളുടെ നീളൻ ബിൽഡിങ്ങിലേക്കു നടന്നു.

ഇടനാഴിയിലൂടെ നടക്കവേ അയാളുടെ ഹൃദയമിടിപ്പിന് ശക്തിയേറി.

ശെന്താവിന്റെ തീക്ഷ്ണമായ കണ്ണുകളെ നേരിടുക പ്രയാസമാണ്.

ശെന്താവിന്റെ ശിക്ഷാകാലാവധി അവസാനിച്ചിരിക്കുന്നു. മൂന്നുവർഷമായി അയാൾ ഈ ജയിലിൽ ഉണ്ട്. അസാധാരണശക്തികൾ ഉള്ള ഒരു മാന്ത്രികനാണോ അയാൾ. എന്തുകൊണ്ട് അയാളുടെ മാന്ത്രികശക്തി ഉപയോഗിച്ച് ജയിലിൽ നിന്ന് അയാൾ രക്ഷപ്പെട്ടില്ല എന്ന അത്ഭുതത്തോടെ ഓർക്കാറുണ്ട് അവിടത്തെ പോലീസുകാർ. അസാധരണമായ ഒരു ആജ്ഞാശക്തി ശെന്താവിൽ പ്രകടമായിരിക്കുന്നതുകൊണ്ട് പോലീസുകാർക്ക് അയാളെ നേരിടാൻ ഭയമായിരുന്നു.

എഴുന്നൂറ്റിപതിമൂന്നാം നമ്പർ സെല്ലിൽ ശെന്താവ് ദീർഘനേരമായി ധ്യാനത്തിലായിരുന്നു. മുപ്പതുവയസോളം പ്രായം അയാൾക്കുണ്ടായിരുന്നു. നീണ്ടമുടി ചുമലിൽ ചിതറിക്കിടന്നു. ക്ഷൗരം ചെയ്യാത്ത താടിമീശ. ചുണ്ടുകൾ അതിദ്രുതം ഏതോ മന്ത്രങ്ങൾ

ഉച്ചരിച്ചുകൊണ്ടിരുന്നു. മേൽവസ്ത്രമില്ല, അരയ്ക്കു താഴെ ഒരു മുണ്ട് മാത്രമാണ് വേഷം. സെൽവരാജ സെല്ലിന്റെ ഇരുമ്പഴികൾക്കു മുന്നിൽ നിന്ന് അകത്തേക്കു നോക്കി. തപസുചെയ്യുന്ന ഒരു മുനിയുടെ ചിത്രം പോലെയിരുന്നു ആ ദൃശ്യം. ശന്താവിനെ എങ്ങനെ വിളിച്ചുണർത്തും എന്ന ചിന്തയിലായി സെൽവരാജ്. അയാൾ കൈയിൽ ഇരുന്ന കെയിൻ കൊണ്ട് സെല്ലിന്റെ ഇരുമ്പഴിയിൽ മെല്ലെ തട്ടി. ഏതാനും നിമിഷങ്ങൾക്കുള്ളിൽ ശെന്താവ് കണ്ണുതുറന്നു.

'എന്ന് സർ?'

മുഴക്കമുള്ള ശന്താവിന്റെ ശബ്ദം സെല്ലിനുള്ളിൽ മുഴങ്ങി.

'ശെന്താവ്..?'

'ആമാ..പറ സർ.'

'ഉങ്കളുടെ റിലീസ് ഡേറ്റ് ഇൻട്രി ആണ്...'

'തെരിയും സർ..'

'ഉങ്കളുക്ക് എപ്പടി അത് മുൻകൂട്ടി തെരിയും..?'

സെൽവരാജ് വിസ്മയത്തോടെ ചോദിച്ചു.

അതിനു മറുപടിയായി ഉറക്കെയുള്ള അലർച്ചയായിരുന്നു ശെന്താവിൽ നിന്ന് ഉണ്ടായത്..

ശെൽവരാജ് നടുങ്ങിപ്പോയി.

അത്രഭീകരമായ ഒരലർച്ച അയാൾ ഇതിനുമുമ്പ് എവിടേയും കേട്ടിട്ടില്ല.

ഒരു മനുഷ്യന് അത് സാധ്യമാകുമോ?

അതിനുശേഷം തികച്ചും ശാന്തനും നിർവികാരനുമായി ശെന്താവ് ചോദിച്ചു.

'നാൻ എപ്പോതു കിളമ്പ മുടിയും സർ..?'

'പുറപ്പെട തയ്യാറാവുങ്കൾ..'

'ആമാ സർ..'

ശെന്താവ് ഒരു ദീർഘനിശ്വാസം ഉതിർത്തു.

അത് ഒരു മൃഗത്തിന്റേതിനു സമാനമായിരുന്നു.

ശെൽവരാജ് സെല്ലിനടുത്തു നിന്നും പതിയെ നടന്നു.

3

കോയമ്പത്തൂർ സെൻട്രൽ ജയിലിന്റെ വിശാലമായ കോമ്പൗണ്ടിൽ നിന്ന് പുറത്തിറങ്ങിയ ശെന്താവ് ഡോക്ടർ നഞ്ചപ്പ റോഡിലൂടെ നടന്ന് വിടുതലൈ പസിമൈ പയനം വനത്തിലെത്തി. അവിടെ ആരേയോ അവൻ പ്രതീക്ഷിച്ചിരുന്നു. ഇരുമ്പുഗ്രില്ലുകൾ ഇട്ട മതിൽ ചാടി അയാൾ വനത്തിനകത്തു കടന്ന ഒരു മരത്തിന്റെ വേരിൽ ഇരുപ്പുറപ്പിച്ചു. കൈയിൽ പ്രിസൺ ഫാക്ടറിയിൽ നേരത്തേ ജോലി ചെയ്ത വകയിൽ ലഭിച്ച കുറച്ചു രൂപയുണ്ട്. അവനെ കണ്ടാൽ ജയിൽമോചിതനായ ഒരു ജയിൽപുള്ളിയുടെ പ്രകൃതമായിരുന്നില്ല, നീണ്ട മുടിയും താടിയുമുള്ള ഒരു സന്യാസിയുടെ രൂപമായിരുന്നു. അതിനാൽ പ്രത്യേകിച്ചാർക്കും സംശയമൊന്നും തോന്നിയില്ല. ഏകദേശം പതിനഞ്ചു മിനിറ്റ് കഴിഞ്ഞപ്പോൾ തല മുണ്ഡനം ചെയ്ത ഒരു യുവാവ് സൈക്കിളിൽ വന്നു. അയാൾ പയനംവനത്തിന്റെ വഴിയോരത്ത് സൈക്കിൾ നിർത്തി മതിൽ ചാടി വന്നു.

'ഇന്ന് ഒരു ഇന്റ്റൊഗ്ലേഷൻ അടിച്ചു അണ്ണാച്ചി റിലീസ് ആവുമെന്ന്.... നോക്കുമ്പോൾ അണ്ണനിങ്ങോട്ടു ചാടുന്നതു കണ്ടു.'

പച്ചമലയാളമായിരുന്നു അവന്റേത്.

ശെന്താവിനെ അടിമുടി നോക്കി അവൻ അത്ഭുതപ്പെട്ടു

'എന്തു രൂപമാണ് അണ്ണാച്ചി ഇത്..?'

ശെന്താവ് അവനെ നോക്കിക്കൊണ്ടിരുന്നതല്ലാതെ തിരിച്ചൊന്നും പറഞ്ഞില്ല.

'ജെയിലീകിടന്നപ്പോ ആള് റോങ് സൈഡായോ..?'

'അസീസേ..?'

ശെന്താവ് മുരടനക്കി.

അസീസ് എന്ന ആ മൊട്ടയടിച്ച യുവാവ് ശെന്താവിന്റെ വായ്പൊത്തി

'അങ്ങനെ വിളിക്കല്ലേ അണ്ണാ. ഞാനിവിടെ അസീസല്ല. താമരക്കണ്ണനാണ്.. എല്ലാവരും കണ്ണേ എന്നും വിളിക്കും. അണ്ണൻ വിളിക്കുമ്പോ കുനുപ്പിടാതെ വിളിക്കണം.'

അതുകേട്ട് ശെന്താവ് ചിരിച്ചു.

'നീയെന്താടേയ് ആൾമാറാട്ടം നടത്തിയിരിക്കുന്നത്.'

'ജീവിക്കണ്ടേ. ഒരു കൊങ്ങിണിയുടെ ടീ ക്കടയിൽ ദോശ ചുടാൻ നിൽക്കുന്നു. കൊങ്ങിണിയുടെ മോൾക്ക് എന്നെ റൊമ്പ പിടച്ചിരുക്ക്.'

'ഉം ലൗ ജിഹാദ്...'

'അങ്ങനെയൊന്നും ഇല്ലണ്ണേ..ഞാൻ ഒരു കൊങ്ങിണിയായി ഇവിടെയങ്ങു കൂടും. കഞ്ചാവ്, ഹഷീഷ് ഈ പരിപാടിയൊക്കെ നിർത്തി.'

'കൊങ്ങിണിയുടെ മോള് ഒരു ദിവസം നിന്റെ തുണി പോക്കി നോക്കും. നിനക്കു പണിയും കിട്ടും.'

'ഹാ വാ വിട്ടൊന്നും പറയാതെ അണ്ണേ... പിന്നേ സുഖമായിരിക്കുന്നോ അണ്ണൻ....'

'പിന്നേ....ജയലിൽ പരമസുഖമല്ലേടാ.. ചിക്കൻ മട്ടൻ....സർക്കാർ ചിലവിൽ ഫുഡ് ആന്റ് അക്കോമഡേഷൻ..'

'എനിക്കൊരു ദിവസം പോകണമണ്ണാ അവിടെ.'

'നീയല്ല... ആ കൊങ്ങിണി പോകും നിന്നെ തട്ടിയേച്ച്..'

'ഹാ അണ്ണൻ ഈ വാ തുറന്നു മറ്റേ വർത്തമാനമല്ലാതെ വേറൊന്നും പറയാനില്ലേ..?'

'ഒണ്ട്... അതിനാണ് നിന്നെ ഞാൻ വിളിപ്പിച്ചത്...'

'വിളിപ്പിച്ചോ.. ആര്.. ഞാനിങ്ങോട്ടു വന്നപ്പോൾ അണ്ണനെ കണ്ടതല്ലേ..!'

'ഞാൻ വിളിപ്പിച്ചിട്ടാ നീയിങ്ങോട്ടു വന്നത് .. നീ തൽക്കാലെ അത്രേം മനസിലാക്കിയാൽ മതി.'

'എന്നാ അണ്ണൻ കാര്യം പറയ്..'

'സുൽത്താനും സംഘവും ഇപ്പോൾ എവിടെയുണ്ടെന്ന് നീ പറയാതെ എനിക്കറിയാം... സെഞ്ചിരിമല ഹനുമാൻ കോവിൽ എവിടെയോ..'

'സെഞ്ചിരിമലയോ.... ?'

അസീസ് അൽപം ആലോചിച്ചു,

'അത് അണ്ണാ... സുലൂർ വഴി കാരനപ്പേട്ടെ ചെന്ന് അവിടെ നിന്ന് കരടിവാവി വഴി സുൽത്താൻപേട്ട് റോഡിൽ കേറണം. ആ റോഡിലൂടെ വിട്ടാൽ സെഞ്ചിരി മലയിലെത്താം. ഫോറസ്റ്റ് ഏരിയയാണ്. ആ ഹനുമാൻകോവിലിന്റെ പിന്നിൽ ഒരു തോട്ടക്കോളനിയുണ്ട്.. അവിടെ കാണും അവന്മാർ.... അണ്ണനെ കേസിൽ കുടുക്കിയത് അവന്മാരണല്ലോ.... ഇപ്പോ അവന്മാര് നാച്ചിമുത്തുവിന്റെ ഗ്യാങ്ങിലാണ്..... അണ്ണനെ പൂട്ടാൻ നാച്ചിമുത്തു കൊടുത്ത ക്വട്ടേഷനായിരുന്നു....'

ശെന്താവ് ഇരുന്ന മരത്തിന്റെ വേരിൽ നിന്ന പതിയെ എഴുന്നേറ്റു എന്നിട്ട് ഞൊടിയിടയിൽ അസീസിനെ വട്ടം പിടിച്ച് ഒന്നു പൂട്ടി.

അസീസിന്റെ പിന്നിൽ തിരുകിയിരുന്ന പിസ്റ്റോൾ ശെന്താവ് പൊടുന്നനെ കടന്നെടുത്തു.

'ഇത് എനിക്കുള്ള ക്വട്ടേഷനായിരുന്നു ഇല്ലേടാ മൈരേ..'

ശെന്താവ് കൈവീശി അസീസിന്റെ കരണത്തൊന്ന് പൊട്ടിച്ചു.

അസീസ് കറങ്ങിപ്പോയി.

ശെന്താവ് പിസ്റ്റോൾ പരിശോധിച്ചു.

'ജിലോക്ക് 17 ഓസ്ട്രിയൻ സാധനം.. !!'

തോക്കിന്റെ മാഗസിൻ അഴിച്ചുനോക്കിയപ്പോൾ ഫുൾ ലോഡാണ്.

ശെന്താവ് അസീസിന്റെ അണ്ടർഡ്രോയറിന്റെ പോക്കറ്റിൽ നിന്ന വേറേ രണ്ടു ലോഡഡ് മാഗസിനുകൾ കൂടി എടുത്തു സ്വന്തം പോക്കറ്റിലിട്ടു.

'നീയും നാച്ചിമുത്തുവിന്റെ ഗ്യാങ്ങല്ലേ..?'

'അണ്ണാ... ഷമീര്..'

'നിന്നെ ഞാനെങ്ങനെ വിശ്വസിക്കും അസീസേ?'

ശെന്താവ് അസീസിന്റെ നെറ്റിയിലേക്ക് തോക്കു ചൂണ്ടി.

'വേണ്ടണ്ണാ..'

അസീസ് കേണു..

ശെന്താവിന് ദയ തീരെയില്ലായിരുന്നു.

വിടുതലൈ പസിമൈ പയനം വനത്തിൽ വെടി മുഴങ്ങി.

ആ ശബ്ദം കേട്ട് പക്ഷികൾ ചിറകടിച്ചു പറന്നുപോയി.

നെറുകയിൽ വെടിയേറ്റു നിലംപതിച്ച അസീസിന്റെ മൃതദേഹത്തെ കവച്ചുവച്ചുകൊണ്ട് ശെന്താവ് മുന്നോട്ടു നടന്നു.

പിസ്റ്റൽ അവൻ അരയിൽ തിരുകി.

4

സുൽത്താൻപേട്ട് റോഡ് വരെ ശെന്താവിനൊരു ലോറി കിട്ടി. അവിടെ നിന്നും കമ്മാരുതടിഡിപ്പോവിലേക്കുള്ള ജീപ്പുപോലുള്ള ഒരു ശകടത്തിന് കൈ കാണിച്ചുകയറിപ്പറ്റി.

സെഞ്ചിരിമല ഹനുമാൻ കോവിലിന് മുന്നിൽ അവൻ വണ്ടിയിറങ്ങുമ്പോൾ നേരം ഇരുട്ടിത്തുടങ്ങിയിരുന്നു.

വനമേഖലയാണ്. കൂടാതെ ഹെക്ടർകണക്കിന് എസ്റ്റേറ്റുകൾ ഉണ്ട്. തോട്ടം തൊഴിലാളികൾക്കായി ഒരു കോളനി ഹനുമാൻകോവിലിന്റെ പിന്നിലായി ഉണ്ട്. നാച്ചിമുത്തു എന്ന ഗുണ്ടയുടെ സാമ്രാജ്യം കോയമ്പത്തൂർ മുതൽ സെഞ്ചിമല വരെ വ്യാപിച്ചു കിടക്കുന്നു. രാഷ്ട്രീയയകൊലപാതകങ്ങളുടേയും കഞ്ചാവ് വിഭാഗത്തിൽപ്പെട്ട മയക്കുമരുന്നുകളുടേയും ക്വട്ടേഷനാണ് നാച്ചിമുത്തുവിന്റെ ലിസ്റ്റിൽ ഉള്ളത്. മൂന്ന് വർഷം മുമ്പാണ് ശെന്താവിന്റെ വലംകൈ ആയിരുന്ന വീരപ്പാണ്ടി സുൽത്താനും സംഘവും നാട്ടിമുത്തുവിന്റെ ഗ്യാങ്ങിലേക്ക് കൂറുമാറിയത്. അത് വെറുതെ കൂറുമാറുകയായിരുന്നില്ല. അതുവരെ അവരെ തീറ്റിപ്പോറ്റിയ കങ്കാലെ കൗണ്ടറെയും കുടുംബത്തേയും അരുംകൊല ചെയ്തിട്ടായിരുന്നു. കങ്കാലെയുടെ അരുമശിഷ്യനും സംഘനേതാവുമായിരുന്ന ശെന്താവിനെ അവർ വിദഗ്ധമായി മയക്കുമരുന്നുകേസിൽ കുരുക്കി. ജാമ്യം കിട്ടാത്ത വകുപ്പുകൾ ചുമത്തി. ശെന്താവ് പുറത്തിറങ്ങുമെന്ന് അവർ സ്വപ്നത്തിൽപോലും കരുതിയിരുന്നില്ല. അവൻ വെറും ശെന്താവ് അല്ല. ത്രികാലങ്ങൾ അറിയുന്ന യോഗിയാണ്. കൊല്ലാനും മരിക്കാനും മടിയില്ലാത്ത മഹാമന്ത്രവാദി. അതുകൊണ്ടാണല്ലോ ശെന്താവ് ജയിലിൽ നിന്നും

ഇറങ്ങുന്ന അപ്പോൾത്തന്നെ അവനെ തീർക്കാൻ സുൽത്താൻ രംഗത്തിറക്കിയ അസീസിന്റെ വരവും കാത്ത് വിടുതലൈ പസിമൈ പയനം വനത്തിൽ അവൻ കാത്തിരുന്നത്.

വെളിച്ചമില്ലാത്ത ഒരു ഒറ്റമുറിപ്പീടികയുടെ വരാന്തയിൽ ഒരുവൻ മൂടിപ്പുതച്ചിരുന്ന് പുകയുതിർക്കുന്നുണ്ടായിരുന്നു.

പീടിക അടച്ചിട്ടിരിക്കുകയാണ്.

ആ പരിസരത്തെങ്ങും ആരേയും കണ്ടില്ല.

ശെന്താവ് ചുറ്റും നോക്കി.

വിജനമായ റോഡിൽ തന്നേയും വഹിച്ചുകൊണ്ട് വന്ന ജീപ്പുശകടം ഓടിമറയുന്നത് കണ്ടു.

അവൻ പീടികത്തണ്ണയിലേക്ക് ചെന്ന് മൂടിപ്പുതച്ചിരിക്കുന്നവനോട് ബീഡിക്ക് കൈ നീട്ടി.

മൂടിപ്പുതച്ചിരിക്കുന്നവൻ തലയാട്ടി നിഷേധിച്ചു.

'പോയാ..'

ശെന്താവ് അവന്റെ തലക്ക് ഒരു കിഴുക്കു കൊടുത്തിട്ട് ബീഡി തട്ടിപ്പറിച്ചു.

'പോയാന്നാ..!!'

അതോടെ മൂടിപ്പുതച്ചിരിക്കുന്നവൻ ക്ഷുഭിതനായി പുതപ്പ് വലിച്ചെറിഞ്ഞ് എഴുന്നേറ്റു വന്നു.

ആറടിയിലധികം ഉയരമുള്ള ഒരതികായനായിരുന്നു അത്.

അയാളുടെ കണ്ണുകൾ പുക കൊണ്ട് ചുവന്നിരുന്നു.

ശെന്താവ് അക്ഷോഭ്യനായി നിന്നു ബീഡി ആഞ്ഞു വലിച്ചു.

അതിന്റെ രുചിവ്യത്യാസം പ്രകടമായപ്പോൾ ശെന്താവ് അയാളെ നോക്കി.

'ഇത് നീലച്ചടയനാണോ....?'

അപരൻ ശെന്താവിനെ അടിക്കാൻ കൈയോങ്ങി.

ശെന്താവ് നിഷ്ടപ്രയാസം അവന്റെ കൈ കൂച്ചിപ്പിടിച്ചു ഒരു പുക കൂടിയെടുത്തു.

'നല്ല ഒറിജിനൽ കഞ്ചാ.. ഇത് ഉങ്കളുക്ക് യാർ കൊടുത്തത്... സുൽത്താനാണോ..?'

അപരൻ കൈ വേദനിച്ച് അലറി.

ശെന്താവ് അവന്റെ മുഖത്തേക്ക് പുകയൂതിപ്പറത്തി.

അവൻ മറുകൈ കൊണ്ട് എളിയിൽ നിന്ന് കഠാര ഊരിയെടുക്കുന്നത് ശെന്താവ് കണ്ടു.

ശെന്താവ് കഞ്ചാവ് ബീഡി അപരന്റെ വായിൽ തിരുകിയിട്ട് കാൽമുട്ടു ഊക്കോടെ അവന്റെ അടിവയറിൽ കയറ്റി.

അവൻ ബീഡി തുപ്പിക്കൊണ്ട് പിറകോട്ടു മറിഞ്ഞു. അയാൾ ബോധരഹിതനായി.

ശെന്താവ് അവനെയെടുത്ത് പീടകത്തിണ്ണയിൽ കിടത്തിയിട് പുതപ്പെടുത്ത് പുതപ്പിച്ചു. എന്നിട്ട് ഒന്നുമറിയാത്തപോലെ ഹനുമാൻ കോവിലിനരികിലൂടെയുള്ള വീതി കുറഞ്ഞ എസ്റ്റേറ്റ് റോഡിലൂടെ ലയത്തിലേക്കു നടന്നു.

സന്ധ്യാസമയമായതിനാൽ കോളനി ശബ്ദമുഖരിതമായിരുന്നു.

പണി കഴിഞ്ഞ് പെണ്ണുങ്ങളും ആണുങ്ങളും വന്നുകയറുന്ന സമയം.

ശെന്താവ് ലയത്തിന് മേലേയുള്ള കാട്ടിൽ കയറി ഒന്നു നിരീക്ഷിച്ചു. കാട് നിബിഡമായിരുന്നു.

ഒരു വലിയ പൂളവൃക്ഷം കണ്ടു.

അവൻ ആ വലിയ മരച്ചോട്ടിൽ ഇരുന്നു.

ശെന്താവ് ഷർട്ടഴിച്ച് ഒപ്പം ഉണ്ടായിരുന്ന പ്ലാസ്റ്റിക് കിറ്റിന് മുകളിൽ വച്ചു. പിസ്റ്റോൾ അതിനടിയിൽ വച്ചു.

എന്നിട്ടവൻ ധ്യാനത്തിലമർന്നു.

കാട്ടിൽ ഒരു വലിയ കാറ്റ് വട്ടം ചുറ്റാൻ തുടങ്ങി.

തലച്ചോറിന്റെ സഹസ്രാരപത്മസ്തംഭത്തിലേക്ക് അവൻ തന്റെ യോഗശക്തിയെ കേന്ദ്രീകരിച്ചു. ഉപസ്ഥത്തിൽ ചുരുണ്ടുകിടന്ന കുണ്ഡലിനിപ്പാമ്പ് നട്ടെല്ലിലൂടെ അരിച്ചരിച്ച് കയറിവരാൻ തുടങ്ങി. ഷഡ്ചക്രങ്ങളേയും ഭേദിച്ച് അത് മുകളിലേക്ക് ഇഴഞ്ഞുകയറാൻ തുടങ്ങുന്ന വേളയിൽ ശെന്താവ് കാടു നടുങ്ങുമാറുച്ചത്തിൽ അലറി.

കോടിനുള്ളിൽ ഏതോ ഭീകരമൃഗം അലറുന്നതുപോലെയായിരുന്നു ആ ശബ്ദം.

കോളനിവാസികൾ നടുങ്ങി കാതോർത്തു.

അതെന്താണെന്ന് വേർതിരിച്ചറിയാൻ അവർക് കഴിഞ്ഞില്ല.

രാവേറെയായി.

ശെന്താവ് കാത്തിരുന്നു.

സുൽത്താനേയും സംഘത്തേയും കോളനിക്കാർക്കിടയിൽ അവൻ എണ്ണിയെടുത്തു.

ക്വട്ടേഷൻ വർക്കൊന്നുമില്ലെങ്കിൽ സുൽത്താനും സംഘവും എസ്റ്റേറ്റിലെ തൊഴിലാളികളായി ലയത്തിൽ തങ്ങും. ഒളിവുതാമസത്തിന് പറ്റിയ ഇടം. എസ്റ്റേറ്റ് മുതലാളിമാരുമായി നാച്ചിമുത്തുവിന്റെ കരാറാണത്.

നീളൻലയങ്ങളുടെ വടക്കുപടിഞ്ഞാറെ കെട്ട് ഒറ്റപ്പെട്ടതായിരുന്നു. സുൽത്താനും സംഘവും തങ്ങിയിരുന്നത് അവിടെയായിരുന്നു.

രാത്രി പതിനൊന്നുമണിയോടെ ലയങ്ങൾ ഉറക്കത്തിലാണ്ടു.

സുൽത്താനും സംഘവും മാത്രം മദ്യവും സേവിച്ച് കഞ്ചാവും പുകച്ച് വെടി പറഞ്ഞിരുന്നു.

ലയത്തിനു മുന്നിൽ തീ കൂട്ടിയിരുന്നു. അതിനു ചുറ്റുമായിരുന്നു അവർ ഇരുന്നത്. അവർ എട്ടുപേരുണ്ടായിരുന്നു.

'അസീസ് ഇപ്പോതു അവനെ കൊണണ്ട്രിരുക്കലാം.'

സുൽത്താൻ അത് പറഞ്ഞു ചിരിച്ചു.

'അസീസ് ഉങ്കളെ ഫോൺ പണ്ണിയാച്ചാ..'

ഒരുവൻ ചോദിച്ചു.

'അവങ്ക വരുവടാ.. നീ സുമ്മാതിരി..'

മദ്യപിച്ചുകൊണ്ടിരുന്ന ഒരു തടിയൻ ആടിയായി എഴുന്നേറ്റു

'എനക്ക് കൊഞ്ചം ഒന്നിനു പോണേ..'

'പോയി വാ മച്ചാ..'

അവൻ ആടിയാടി ഇരുട്ടിലേക്ക് നീങ്ങി.

പൊടുന്നനേ ആരോ എടുത്തെറിഞ്ഞതുപോലെ മൂത്രമൊഴിക്കാൻ പോയവൻ തീക്കുണ്ഡത്തിന്റെ നടുവിൽ വന്നുവീണു.

അതിനു ചുറ്റുമിരുന്നവർ ഞെട്ടലോടെ ചാടിയെഴുന്നേറ്റു.

വീണവൻ പൊള്ളി നിലവിളിച്ചു.

ഇരുട്ടിലെ കരിയിലകളിൽ കാലടികൾ അമരുന്ന ശബ്ദം കേട്ടു.

സുൽത്താന്റെ സംഘാംഗങ്ങൾ കൈയകലത്തിൽ സൂക്ഷിച്ചിരുന്ന വടിവാളുകൾ ചാടിയെടുത്തു.

സുൽത്താൻ പിന്നിൽ തിരുകിയിരുന്ന റിവോൾവർ എടുത്തു നീട്ടിപ്പിടിച്ചു.

അടുത്ത നിമിഷം ഒരു വെടി മുഴങ്ങി.

സുൽത്താന്റെ കൈപ്പത്തി തകർന്ന് തോക്ക് തെറിച്ചുപോയി, അയാൾ അലറിക്കരഞ്ഞു.

ഇരുട്ടിൽ നിന്നും ആ ശബ്ദം ഉയർന്നു.

'ഹേയ് സുൽത്താൻ ഉനക്ക് എന്നേയ്ത് തെരിയുമാ..?'

ശെന്താവ് ബൾബിന്റെ അരണ്ടവെട്ടത്തിലേക്ക് പതിയെ നടന്നുവന്നു.

അവൻ പിസ്റ്റളിന്റെ കുഴലിൽ നിന്ന പുകയൂതിപ്പറത്തി.

സുൽത്താനും സംഘാംഗങ്ങളും ഞെട്ടലോടെ ശെന്താവിനെ നോക്കി.

ഇതിനിടയിൽ ഒന്നോ രണ്ടോ പേർ പിന്നിലെ ഇരുട്ടിലേക്ക് വടിവാളുകളുമായി പിൻവലിയുന്നത് ശെന്താവ് കണ്ടു.

പിന്നിലൂടെ വന്നാക്രമിക്കുന്ന സുൽത്താന്റെ സംഘത്തിന്റെ സ്ഥിരം അടവാണത്.

അവരെ രണ്ടുപേരേയും ശെന്താവ് ഞൊടിയിടയിൽ വെടിവച്ചിട്ടു.

വെടിയൊച്ച കേട്ട് ലയത്തിൽ പലയിടത്തും ബൾബുകൾ മിന്നിത്തെളിഞ്ഞു.

'ശെന്താവേ, നീ ഞങ്ങളോട് ക്ഷമിക്കണം.'

ഒരുവൻ വടിവാൾ ശെന്താവിന്റെ കാൽക്കീഴിൽ വച്ചു മാപ്പിരന്നു.

'നീ മലയാളിയാ?'

ശെന്താവ് വിസ്മയം ഭാവിച്ചു ചോദിച്ചു.

'അതെ പേര് ഷാജി. പള്ളുരൂത്തിലാ വീട്...'

'തെണ്ടി നീ ചാവുന്നതാ നല്ലത്.'

ശെന്താവ് വികൃതമായി ചിരിച്ചുകൊണ്ട് അവന്റെ നെറുകയിൽ വെടിവച്ചു.

അവൻ ഒരു ശബ്ദംപോലും പുറപ്പെടുവിക്കാതെ മരിച്ചുവീണു.

കൈക്കു വെടിയേറ്റ സുൽത്താൻ ആകെ ഭയന്നുപോയിരുന്നു.

താഴെ കിടക്കുന്ന റിവോൾവർ മറുകൈ കൊണ്ട് എടുത്താലോ എന്നവൻ ആലോചിച്ചു.

തീക്കുണ്ഡത്തിൽ വീണ് പൊള്ളിയവൻ നിലവിളിച്ചുകൊണ്ടിരുന്നു.

'ഒന്നു കാറാതിരിയെടാ.. ഇവൻ വല്യ ശല്യമായല്ലോ..?'

ശെന്താവ് പൊടുന്നെ അവനേയും വെടി വച്ചു.

ഇതുകണ്ട സുൽത്താനടുത്തു നിന്നവൻ ശെന്താവിന് നേരേ വടിവാൾ വീശി.

ശെന്താവ് ഒഴിഞ്ഞുമാറിയപ്പോൾ അവൻ ആയത്തിൽ മുന്നോട്ടുപോയി. ശെന്താവ് അവന്റെ തലക്കു പിന്നിൽ വെടിവച്ചു.

അവൻ മുഖം കുത്തിവീണ് നിശ്ചലനായി.

ഇനി സുൽത്താനും രണ്ടനുയായികളും മാത്രമേ ശേഷിക്കുന്നുള്ളൂ.

ശെന്താവ് ശാന്തനായി ചോദിച്ചു

'നിങ്ങളെന്ത് പറയുന്നു?'

സംഘാംഗങ്ങൾ രണ്ടുപേരും വടിവാളുകൾ താഴെയിട്ട് മുട്ടുകുത്തി നിന്നു.

സുൽത്താൻ പറഞ്ഞു

'തെയവ് സെയ്ത് എങ്കളെ കൊല്ലാട്രികൾ....'

'ഓക്കേയാ..'

ശെന്താവ് തോക്കുകൊണ്ട് താടി ചൊറിഞ്ഞു

'എന്നാ നീ സൊല്ല് സുൽത്താൻ.. നാച്ചിമുത്തു എങ്കൈ.?'.

സുൽത്താൻ ഇടംകൈ ലയത്തിന് മുകളിലേക്ക് ചൂണ്ടി.

'സാർ സൂപ്പർവൈസറുടെ ബംഗളാവില് ഇരിക്കിറാർ.'

'താങ്കയ്യൂ സുൽത്താൻ.'

ശെന്താവ് തല തിരിച്ചു. പിന്നെ ഇരുട്ടിലേക്ക് മെല്ലെ നടക്കാൻ തുടങ്ങി.

അരനിമിഷത്തിനകം ശെന്താവ് തിരിഞ്ഞുനോക്കിയപ്പോൾ സുൽത്താൻ താഴെ കിടന്ന റിവോൾവർ ഇടംകൈ കൊണ്ടെടുത്ത് ശെന്താവിന് നേരേ ചൂണ്ടുന്നതാണ് കണ്ടത്.

അടുത്ത നിമിഷം ശെന്താവിന്റെ പിസ്റ്റോൾ ഗർജിച്ചു.

സുൽത്താൻ ഉൾപ്പെടെ അവശേഷിച്ച മൂന്നുപേരും പിടഞ്ഞുവീണു.

ലയത്തിലെ ആരൊക്കെയോ ഓടിവരുന്നതുകണ്ട് ശെന്താവ് ഇരുളിൽ ലയിച്ചു.

5

പത്തുമിനിറ്റു മതിയായിരുന്നു ശെന്താവിന് സൂപ്പർവൈസറുടെ ബംഗ്ലാവിലേക്കെത്താൻ.

ബംഗ്ലാവെന്ന് പറയാൻ മാത്രമൊന്നുമില്ല. മൂന്നോ നാലോ മുറികളുള്ള ഒരു വാർക്കക്കെട്ടിടം. ലയത്തിലെ ആൾക്കാരെ സംബന്ധിച്ച് അതൊരു ബംഗ്ലാവാണ്. വെളിയിൽ ഒരു പഴയ പജേറോ കാർ കിടക്കുന്നുണ്ട്. നാച്ചിമുത്തുവിന്റേതാകണം. തൊഴിലാളികളുടെ മുഴുവൻ നിയന്ത്രണവും നാച്ചിമുത്തുവിനായിരുന്നു. ശെന്താവ് ഇരുളിൽ നിന്നുകൊണ്ട് ഒന്നു വീക്ഷിച്ചു

രണ്ടുമൂന്നുപേർ മുറ്റത്തിരുന്ന് വെള്ളമടിച്ചിരുന്നതിന്റെ ലക്ഷണങ്ങൾ കാണാനുണ്ട്.

ടോർച്ചിന്റെ വെളിച്ചം കണ്ടു. ആരൊക്കെയോ ആ വീടിനു ചുറ്റും പരതി നടക്കുകയാണ്.

സംസാരം കേട്ടതിൽ നിന്നും ലയത്തിലെ വെടിയൊച്ച കേട്ട് പരിഭ്രാന്തരായി നടക്കുന്നതാണെന്ന് ശെന്താവിന് മനസിലായി.

വാച്ച്മാനും സൂപ്പർവൈസറും ലയത്തിലെ ഒരു തൊഴിലാളിയുമാണ്. നാച്ചിമുത്തു അക്കൂട്ടത്തിൽ ഇല്ല. അയാൾ മിക്കവാറും മുറിയിൽ സ്ത്രീസേവയിലായിരിക്കും. ലയത്തിലെ കാണാൻ കൊള്ളാവുന്ന യുവതികളെ പൊക്കിയെടുത്ത് നാച്ചിമുത്തുവിന്റെ മുറിയിലെത്തിക്കുന്ന ജോലിയാണ് ആ കൂടെയുള്ള തൊഴിലാളിയുടേത്. ശെന്താവ് പിസ്റ്റോളിന്റെ കാലി മാഗസിൻ ഊരി വലിച്ചെറിഞ്ഞു. എന്നിട്ട് ലോഡ് ചെയ്ത വേറൊരെണ്ണം ഇട്ടു. പന്ത്രണ്ട് ബുള്ളറ്റ് ഇടുന്ന മാഗസിനാണ്.

ശെന്താവ് ഒരു നിമിഷം ആലോചിച്ചു.

'ഇവന്മാരെയങ്ങ് തീർത്താലോ?'

ആ സമയത്ത് വാതിൽ തുറന്ന് ഒരു കറുത്തകുറുകിയ മനുഷ്യൻ വരാന്തയിലേക്ക് വന്നു.

ഒരു വരയൻ അണ്ടർവെയർ മാത്രമേ അയാൾ ധരിച്ചിട്ടുള്ളൂ

അയാൾ ഒച്ചയെടുത്തു..

'ഇങ്കെ ന്താ തവര്...വെടി..പുക..എന്നെ സമാധനമാ പണ്ണാന് അനുമതിക്ക മാട്ടയാ.'

അതു കേട്ട് സൂപ്പർവൈസർ തല ചൊറിഞ്ഞുകൊണ്ടു പറഞ്ഞു

'ഒരു പ്രച്ചനവുമില്ലെ സർ...നീങ്കൾ നിമ്മതിയാക വിലയാടുങ്കൾ അയ്യാ..'

സൂപ്പർവൈസറുടേയും മറ്റും പിന്നിലായി നിന്നിരുന്ന ശെന്താവിനെ കണ്ട് കണ്ണിന് മുകളിൽ കൈ വച്ച് നാച്ചിമുത്തു നോക്കി

'യാരടാ അത്?'

'ഏത്.?'

സൂപ്പർവൈസറും സംഘവും തിരിഞ്ഞുനോക്കി.

അപ്പോഴാണ് അവർ ശെന്താവിനെ കാണുന്നത്

'യാരടാ നീയ്..?'

ശെന്താവ് സൂപ്പർവൈസറെ സമാധാനിപ്പിച്ചു

'മന്നിക്കവും അയ്യാ...നാൻ അണ്ണാവെയ്പ്പ് പാർക്ക വന്തേൻ..'

ശെന്താവ് വരാന്തയിലെ ലൈറ്റിന്റെ വെളിച്ചത്തിലേക്ക് നീങ്ങി നിന്നു.

അവനെ കണ്ടതോടെ നാച്ചിമുത്തുവിന്റെ മുഖം മാറി.

'നീയാ..ശെന്താവേ?'

'അതെ അയ്യാ.. നാൻ സുൽത്താനേയും അവനുടെ ആൾകളേയും കൊന്ത്രേണ്ടൻ.. അതേ നീങ്കൾ കേട്ട തുപ്പാക്കിക്ക് സാട്ടം..'

അതുപറഞ്ഞ് ശെന്താവ് പിസ്റ്റോൾ പുറത്തെടുത്തു.

നാച്ചിമുത്തുവിന് എന്തെങ്കിലും ചെയ്യാൻ കഴിയുന്നതിന് മുമ്പ് പിസ്റ്റൾ ശബ്ദിച്ചു.

അയാളുടെ തിരുനെറ്റിയിലായിരുന്നു വെടിയേറ്റത്. നാച്ചിമുത്തു നിന്ന നിൽപിൽ നിന്ന് മുറ്റത്തേക്ക് മുഖമടിച്ചു വീണു.

സൂപ്പർവൈസറും സംഘവും നടുക്കത്തോടെ നിന്നു.

ശെന്താവ് അവരെ നോക്കി.

അവർ കൈകൂപ്പി.

ശെന്താവ് മുരണ്ടു

'യാരും സാക്ഷ്യം അലിക്ക വേണ്ടും. ..കുടുംബത്തെ തീർത്തു വെയ്പേൻ..'

അതുപറഞ്ഞിട്ട് അവൻ ഇരുളിൽ മറഞ്ഞു.

6

പഴനിമല അരുൾമികു ദണ്ഡായുധപാണി കോവിലിന്റെ അടിവാരത്തെ ഗിരിവീഥിയിലൂടെ ശെന്താവ് വേഗത്തിൽ നടന്നു. വെയിലിന് ശക്തിയേറിയിരുന്നു. ഗിരിവീഥിയിൽ നിന്ന് ഇടുമ്പർ മലൈ കോവിലിലേക്ക് ഒരു ഊടുവഴിയുണ്ടായിരുന്നു. അന്തരീഷത്തിൽ കർപ്പൂരം കത്തുന്നതിന്റേയും ഭസ്മത്തിന്റേയും ഗന്ധം തങ്ങി നിന്നിരുന്നു. ആരോ ഉള്ളിരുന്ന് നയിക്കുന്നതുപോലെയാണ് ശെന്താവിന്റെ നടത്തം. വഴിയിൽ പെയിന്റ് ഇളകിയ ഒരു ബോർഡ് കണ്ടു, അണ്ണൈ പരാശക്തിയിൻ അരുൾവാക്ക് അരുണാചലസ്വാമികൾ..ഇടുമ്പർമലയുടെ താഴെ ഇരുമ്പുഗ്രില്ലിട്ട ചെറിയ മുറിയുടെ വരാന്തയിൽ വളരെ ലൂസായ മുഷിഞ്ഞ വെളുത്ത ഷർട്ടും മുണ്ടും അണിഞ്ഞ ഒരു വൃദ്ധനെ കണ്ടു. പഞ്ഞിപോലുള്ള താടിയും മുടിയും നീട്ടിവളർത്തിയ പൊക്കം കുറഞ്ഞ ഒരു മനുഷ്യൻ. നെറ്റിയിലാകെ ഭസ്മം തേച്ചിട്ടുണ്ട്. ആ ത്രിപുരണ്ഡ്കത്തിന്റെ ഒത്ത നടുക്ക് ഒരു വലിയ കുങ്കുമപ്പൊട്ടുമുണ്ട്. നാലടിയോളം നീളമുള്ള, പിച്ചള നിറമുള്ള ഒരു ഇരുമ്പു വേൽ അദ്ദേഹത്തിന്റെ കൈവശം ഉണ്ടായിരുന്നു. അതും നിലത്തൂന്നി അദ്ദേഹം കെട്ടിടത്തിന്റെ വരാന്തയിൽ ഇരുന്നു. ശെന്താവ് നടന്നുവന്ന് സ്വാമിയുടെ താഴെ കൽക്കെട്ടിൽ ഇരുന്നു.

'ഉനക്ക് തമിൾ തെരിയുമാ?'

സ്വാമി ചോദിച്ചു.

സ്വാമിയുടെ ചുവന്നമുഖവും ഉണ്ടമൂക്കും ചിത്രകഥയിലെ ക്രിസ്മസ് അപ്പൂപ്പനെ ഓർമിപ്പിച്ചു.

ശെന്താവ് ചിരിയോടെ പറഞ്ഞു

'ഉലകനായകനേ.. മലയാളത്തിൽ പറയ്..'

സ്വാമി പൊട്ടിച്ചിരിച്ചു.

'നീ ആ തോക്ക് കളഞ്ഞോ?'

'ഓ മത്തനപുരം ശിവൻകോവിലിന്റെ പിന്നിലെ തടാകത്തിൽ കൊണ്ടിട്ടു.. ഇനിയെന്നാത്തിന് അത്.. ?'

'വേണ്ടി വരും. ഇന്നാ പിടിച്ചോ..'

സ്വാമി ആ പിസ്റ്റളും രണ്ടു മാഗസിനും കൂടി എവിടെ നിന്നോ കൈയിൽവരുത്തി.

ശെന്താവ് ഞെട്ടിപ്പോയി.

'വാങ്ങടാ..'

സ്വാമി ആജ്ഞാപിച്ചു.

അവൻ ഞെട്ടലോടെ പിസ്റ്റൾ വാങ്ങി തിരിച്ചും മറിച്ചും നോക്കി.

ഇതു താൻ വെള്ളത്തിൽ ഇട്ടതാണ്. ഇതെങ്ങനെ സ്വാമിയുടെ കൈയിൽ വന്നു.

'ഒന്നും ചോദിക്കണ്ട. പറയണത് അങ്ങോട്ട് കേട്ടാൽ മാത്രം മതി.'

'സ്വാമി പറയൂ.'

ശെന്താവ് അതോടെ സ്വാമിക്ക് കീഴടങ്ങി.

സ്വാമി കുറേ ഭസ്മം എടുത്ത് ശെന്താവിന്റെ നെറ്റിയിൽ തേച്ചുപിടിപ്പിച്ചു.

'ഇനി നീ കേരളത്തിൽ പോകണം. എത്രയും വേഗം. കാരണം നിന്റെ കുലദൈവങ്ങൾ ആകെ കോപത്തിലാണ്. അവർ വലിയ നാശം വിതച്ചുകൊണ്ട് കുടുംബത്തെ മുച്ചൂടും മുടിപ്പിച്ചുകൊണ്ടിരിക്കുന്നു. മഹാമാന്ത്രികനായിരുന്ന നിന്റെ മുത്തച്ഛൻ ഒരു ചുടലമാന്ത്രികനെ ഓടിച്ചു നാടു കടത്തിയിട്ടുണ്ട്. അവൻ നിന്റെ കുടുംബത്തിന്റെ നാശത്തിന് കാരണമായി. നിന്റെ മുത്തച്ഛന്റെ ദുഷ്കർമ്മങ്ങളും വിപത്തിലേക്കു നയിച്ചു. ഇപ്പോൾ ഉത്തസ്വാമി എന്ന ആ ചുടലമാന്ത്രികൻ ഇല്ല. അവന്റെ സ്ഥാനത്ത് ഒരു പെണ്ണിനെയാണ് കാണുന്നത്. മന്ദാരയക്ഷിണിയുടെ ശക്തിയുള്ള ഉഗ്രയായ ഒരു സ്ത്രീ. നീ എതിരിടേണ്ടത് അവളെയാണ്. നീ ഉടൻതന്നെ നിന്റെ തായ് വഴി മൂലകുടുംബക്ഷേത്രമായ നാഗക്കാട്ടിലെ വനദുർഗാക്ഷേത്രത്തിൽ എത്തണം. വനദുർഗ കോപിഷ്ഠയായ ചുടലദുർഗയാണ്, പിന്നെ വാരാഹി, മുന്നൂറ്റിത്തൊണ്ണൂറ് കുട്ടിച്ചാത്തന്മാർ, ചെങ്കണപതി,

മുരുകൻ, കല്ലേറ്റുയക്ഷി, ധൂമാവതി, ഛിന്നമസ്ത, കാർക്കോടകസർപ്പം ഇവരെല്ലാം കോപത്തിലാണ്. പഞ്ചമൂർത്തികളെ ഇട്ട് ഉത്തസ്വാമി ഇട്ട ആഭിചാരബന്ധനത്തിൽ പെട്ട് ഉലഞ്ഞു തകരുകയാണ് നിന്റെ തറവാട്. ആരും ശേഷിക്കുന്നില്ല. ആരും.....'

സ്വാമി ഒന്നു നിർത്തി

ശെന്താവ് ഒരക്ഷരം ഉരിയാടാനാകാതെ സ്തബ്ധനായി നിന്നു.

സ്വാമി കൈയിൽ ഇരുന്ന വേൽ എടുത്ത് ശെന്താവിന് നൽകി.

'ദണ്ഡായുധപാണിയുടെ   ഈ   വേൽ   നിന്റെ മൂലകുടുംബക്ഷേത്രത്തിന്റെ മുന്നിൽ രണ്ടടി ആഴത്തിൽ തറച്ചു നിർത്തുക. തൽക്കാലം എല്ലാം ശമിക്കും.. പക്ഷേ കടമ്പകൾ ഉണ്ടാകും. തരണം ചെയ്യണം.'

ശെന്താവ് യാത്രികമായി വേൽ വാങ്ങി.

'ഉടൻ പുറപ്പെടൂ...'

സ്വാമി ആജ്ഞാപിച്ചു.

ശെന്താവ് വേൽ വാങ്ങി സ്വാമിയെ തൊഴുതു..

7

അന്ന് സപ്തമിയായിരുന്നു.

കൊടുങ്കാളിച്ചൊവ്വയുടെ ദിവസം.

അർദ്ധരാത്രിയിലെ ഭൈരവയാമം പിന്നിട്ടു.

നാഗക്കാട്ടിലെ വനദുർഗാക്ഷേത്രം കാടുപിടിച്ച് നിലയിൽ വള്ളിപ്പടർപ്പുകളിൽ ആണ്ടുകിടക്കുകയായിരുന്നു.

വൻവടവൃക്ഷങ്ങളുടെ ശിഖരങ്ങളിൽ നിന്നും കെട്ടുപിണഞ്ഞ സർപ്പങ്ങൾ അഴിഞ്ഞിറങ്ങി വന്നു.

എവിടെയൊക്കെയ കൊള്ളിക്കുറവന്റെ മരണക്കരച്ചിൽ മുഴങ്ങി.

വനശ്വാനങ്ങളുടെ നിർത്താതെയുള്ള ഓരിയിടൽ ചുറ്റും കേട്ടുതുടങ്ങി.

രുധിരമഹാകാളിയും കൂളികളും സംഘം ചേർന്ന് എത്തുന്നതാണോ എന്നുതോന്നിക്കുമാറ് രൗദ്രമായ പ്രചണ്ഡവാതം നാഗക്കാട്ടിനെ ആടിയുലക്കാൻ തുടങ്ങി.

സപ്തമിയുടെ അരണ്ടനിലാവെട്ടം മരച്ചില്ലകൾക്കിടയിലൂടെ ക്ഷേത്രമുറ്റത്ത് അരിച്ചിറങ്ങിയെത്തി.

ഇടതുവശത്ത് കാർക്കോടകസർപ്പത്തേയും നാഗയക്ഷിയേയും കുടിയിരുത്തിയ തറകളും ഒരു കോണിലായി വടയക്ഷിണിയെ കൽക്കണ്ണാടിയിൽ ആവാഹിച്ചിരുത്തിയ മുല്ലത്തറയും കരിയിലകൾ നീങ്ങി ദൃശ്യമായി.

പൊടുന്നനെ ഇരുളിൽ നിന്ന് പൊട്ടിമുളച്ചപോലെ ഒരു രൂപം വടയക്ഷിണിയുടെ കൽക്കണ്ണാടിപ്രതിഷ്ഠയുടെ മുന്നിൽ തെളിഞ്ഞുവന്നു.

ചെത്തിപ്പൂമാലകൾ കൊണ്ട് അരക്കെട്ടും മാറിടവും മറച്ച അതിസുന്ദരിയായ ഒരു യുവതി.

അവളെ പൊതിഞ്ഞുകൊണ്ട് കാന്തികമായ ഒരു പ്രകാശം പ്രസരിക്കുന്നുണ്ട്.

പ്രകൃതിയുടെ വന്യമായ രൗദ്രതാളത്തിനൊപ്പിച്ച് അവൾ നൃത്തമാടാൻ തുടങ്ങി.

കാർക്കോട സർപ്പത്താനും നാഗയക്ഷിയും ശിലകളിൽ നിന്ന് ഉണർന്നെഴുന്നേറ്റു.

ശൈവഭൂതഗണങ്ങളെപ്പോലെ മുന്നൂറ്റിത്തൊണ്ണൂറ് കുട്ടിച്ചാത്തന്മാരും മണ്ണിൽ നിന്നുയർന്നുവന്ന് താണ്ഡവനൃത്തം തുടങ്ങി.

പിന്നെ ഓരോരോ ശിലകളിൽ നിന്ന് ധൂമാവതിയും ഛിന്നമസ്തയും വാരാഹിയും ഉയിർത്തെഴുന്നേറ്റു.

അവരെല്ലാം വടയക്ഷിണിയുടെ നൃത്തച്ചുവടുകൾക്കൊപ്പിച്ച് നൃത്തമാടാൻ തുടങ്ങി.

ഈ സമയം ഉറക്കം വരാതെ തിരിഞ്ഞും മറിഞ്ഞും കിടക്കുകയായിരുന്നു അജിത്ത് എന്ന യുവാവ്.

നാഗക്കാട്ടിൽ നിന്ന് അരക്കിലോമീറ്റർ ദൂരമേയുള്ളൂ അവന്റെ വീട്ടിലേക്ക്.

നാഗക്കാടിന്റെ അതിർത്തി തുടങ്ങുന്നത് അവരുടെ പുരയിടത്തിന്റെ അതിരിൽ നിന്നുമാണ്.

ചില ദിവസങ്ങളിൽ അവന് ഉറക്കം വരാറില്ല.

തിരിഞ്ഞും മറിഞ്ഞും കിടക്കും. ഒരു പ്രത്യേക യാമം പിന്നിടുമ്പോൾ അറിയാതെ മയക്കത്തേക്ക് വീഴും. ഒരു പ്രത്യേകസൗരഭ്യം മുറിയിൽ പടരാൻ തുടങ്ങും. അർദ്ധമയക്കത്തിൽ അതിസുന്ദരിയായ ഒരു സ്ത്രീ അവനെ പുണരുന്നതുപോലെയും ചുണ്ടുകൾ വലിച്ചുകുടിക്കുന്നതുപോലെയും തോന്നും. ഉപരിസുരതത്തിന്റെ യഥാർത്ഥതാളത്തോടെ അവനുമേൽ അവൾ മൈഥുനനർത്തനമാടും. അത് എപ്പോഴാണ് അവസാനിക്കുന്നതെന്ന് അവന് അറിയാനാകില്ല. രാവിലെ എഴുന്നേൽക്കുമ്പോൾ ദേഹമാസകലം ഇടിച്ചുപിഴിഞ്ഞപോലെ ക്ഷീണം തോന്നും. അവന്റെ ശരീരം വല്ലാതെ മെലിഞ്ഞിരുന്നു.

അന്ന് ഭൈരവയാമം പിന്നിടുമ്പോൾ അജിത് പതിവുപോലെ പതിയെ മയക്കത്തിലാണ്ടു.

മുറിയിലാകെ ഒരു പ്രത്യേക സൗരഭ്യം നിറഞ്ഞു.

വടയക്ഷിണിയുടെ സുഗന്ധമായിരുന്നു അത്.

ആരോ അവനെ പിടിച്ചെഴുന്നേൽപ്പിച്ചു നടത്തിക്കുന്നതുപോലെ അവൻ മുറി തുറന്ന് പുറത്തിറങ്ങി.

നിദ്രാടനത്തിലെന്നപോലെ അവൻ നടക്കാൻ തുടങ്ങി.

പുരയിടവും പിന്നിട്ട് നാഗക്കാട്ടിന്റെ ദുർഘടമായ അതിർത്തിയിലേക്ക് അവൻ ഒരു സർപ്പത്തെപ്പോലെ പുളഞ്ഞുകയറി കുതിച്ചു.

ഓട്ടത്തിനിടയിൽ അവന്റെ ഉടുവസ്ത്രം എവിടേയോ നഷ്ടമായിരുന്നു.

ഇപ്പോൾ അവൻ പൂർണനഗ്നനാണ്.

അവന്റെ ജഘനത്തിൽ കുണ്ഡലിനീശക്തിയുടെ ഉത്തുംഗമായ ശൈലലിംഗം ഉണർന്നിരുന്നു.

നാഗക്കാട്ടിലെ വനദുർഗാക്ഷേത്രനടയിലേക്ക് അവൻ പാഞ്ഞെത്തുമ്പോൾ വടയക്ഷിണിയുടെ നൃത്തം അതിന്റെ പരമോന്നതമായ മൂർഛയെ പ്രാപിച്ചിരുന്നു.

അവന്റെ സാന്നിധ്യമറിഞ്ഞപ്പോൾ അവൾ ഒരുവേള നിശ്ചലയായി നിന്നു.

സമസ്തമൂർത്തികളും നിശ്ശേഷ്ടരായി. അവർ എവിടേയോ പോയിമറഞ്ഞു.

അന്തരീക്ഷം തികച്ചും ശാന്തമായി.

പിച്ചകപ്പൂവുകളുടെ സൗരഭ്യം വഹിച്ച് നേർത്ത ഒരു മന്ദമാരുതൻ മാത്രം അവരെ ചുറ്റിനിന്നു

അവൻ ക്ഷേത്രത്തിന് മുന്നിൽ വന്നു നിന്നു.

അവൾ അതീവമുഗ്ധയായി അവനെ സമീപിച്ചു.

പിന്നെ അവന്റെ മുന്നിൽ മുട്ടുകുത്തി.

പ്രചണ്ഡമായ ശൈലലിംഗത്തിന്റെ കുണ്ഡലിനീശക്തിയിലേക്ക് അവൾ ചുണ്ടുകൾ ചേർത്തു.

അവന്റെ ആത്മശക്തിയെ അവൾ അതിലൂടെ മെല്ലെ വലിച്ചൂറ്റിയെടുത്തു, അവൻ അപാരമായ സുഖത്തിന്റെ

പരമോന്നതയിൽ നിലകൊണ്ടു.

അവന്റെ സഹസ്രാരപത്മത്തിൽ നിന്നും ഷഡാധാരചക്രങ്ങളുടെ മുഴുവൻ ഊർജത്തേയും അവൾ തന്നിലേക്കാവാഹിച്ചെടുത്തു.

പിന്നെ അവളുടെ ചുണ്ടുകൾ അവന്റെ ഉദരത്തിലൂടെ മേലേക്ക് ചലിച്ചു.

അവന്റെ മുലക്കണ്ണുകളിൽ തെല്ലിട ചുംബിച്ചശേഷം അവന്റെ ചുണ്ടുകളിൽ അവൾ ദീർഘമായ ഒരു ചുംബനം നൽകി.

അപ്പോഴേക്കും അവളുടെ കടവായിൽ നിന്ന് മൂർച്ചയേറിയ രണ്ട് ദംഷ്ട്രകൾ ഇറങ്ങി വന്നിരുന്നു.

പൊടുന്നനേ ബീഭത്സമായ ഒരു ഹുങ്കാരത്തോടെ അവൾ അവന്റെ ഗളം കടിച്ചുമുറിച്ചു.

ചുടുരക്തം ചീറ്റിയൊഴുകി.

അവളത് ആർത്തിയോടെ രുചിച്ചു.

അവന്റെ ദേഹം ദുർബലമായി പിടച്ചുകൊണ്ടിരുന്നു.

രുധിരം ആവോളം പാനം ചെയ്തശേഷം അവൾ അവന്റെ നെഞ്ചിൻകൂട് മൂർച്ചയേറിയ നഖങ്ങൾ ആഴ്ത്തി പിളർന്നു.

അതിനുള്ളിൽ നിന്ന് ഹൃദയം പറിച്ചെടുത്ത് ആർത്തട്ടഹസിച്ചു ചിരിച്ചു.

ഒരു കൊള്ളിക്കുറവന്റെ ഭീകരമായ കരച്ചിൽപോലെ അത് ആ വനഹൃദയത്തിൽ അലയടിച്ചു.

അവന്റെ തുടിപ്പുമാറാത്ത ഹൃദയം ഭക്ഷിച്ചുകൊണ്ട് വടയക്ഷിണി മെല്ലെ അന്തരീക്ഷത്തിലേക്ക് അലിയാൻ തുടങ്ങി.

അപ്പോൾ എവിടെയോ ഒളിഞ്ഞിരുന്ന രുധിരമഹാകാളിയുടെ കൂളികൾ പാഞ്ഞെത്തി.

അവറ്റകൾ ആ മൃതദേഹത്തിന് മേൽ ചാടിവീണു.

ഇതേസമയം മുത്താറമലയുടെ മുകളിലെ കുടിലിൽ എരിഞ്ഞുകൊണ്ടിരിക്കുന്ന ഒരു ഹോമകുണ്ഡത്തിന്റെ മുന്നിലിരുന്ന് ആനന്ദത്തിൽ ആറാടുകയായിരുന്നു സലോമി.

അവളുടെ കണ്ണുകൾ ആനന്ദലഹരികൊണ്ട് കൂമ്പിയിരുന്നു.

അവൾ മെല്ലെ ആടിക്കൊണ്ടിരുന്നു.

അവളുടെ കടവായിലൂടെ പുതുരക്തം ഒലിച്ചിറങ്ങാൻ തുടങ്ങി.

അവൾ പരിപൂർണനഗ്നയായിരുന്നു.

അവളുടെ ഉപസ്ഥത്തിൽ സുരതമൂർച്ഛരയുടെ ഗംഗ അനസ്യൂതം പ്രവഹിച്ചുകൊണ്ടിരുന്നു.

8

"ഒന്നു വേഗം നടക്കൂ ആർദ്രേ.. നേരം നട്ടുച്ചയാണ്. സൂര്യന്റെ ഉച്ചസമയം തീരുന്നതിന് മുൻപ് മൂലകുടുംബക്ഷേത്രമായ നാഗക്കാട്ടിലെ വനദുർഗാക്ഷേത്രത്തിൽ എത്തണം.

വരലക്ഷ്മി ധൃതികൂട്ടി. അവർ വനപാതയിലൂടെ തിരക്കുപിടിച്ച് നടക്കുകയാണ്.‘

'ഞാൻ ഇത്രയും സ്പീഡിൽ നടന്നിട്ടും പോരേ അമ്മേ. .ഒന്നു പതിയെ പോകൂ..‘

ആർദ്ര പറഞ്ഞു.

അവൾക്ക് കഴിഞ്ഞ ചിങ്ങമാസത്തിൽ പതിനേഴു വയസു കഴിഞ്ഞു. മംഗലത്ത് തറവാടിൽ ഇനി പുതുതലമുറയിൽ അവശേഷിക്കുന്നത് ആർദ്ര മാത്രമാണ്.

'ആർദ്രമോളേ..?'

വരലക്ഷ്മി ഭീതിയോടെ വിളിച്ചു.

'എനിക്ക് ഇനി നീ മാത്രമേയുള്ളൂ മോളേ.... ജ്യോതിഷപണ്ഡിതൻ ആറ്റുകാൽ ശർമ പറഞ്ഞത് നീയും കേട്ടതല്ലേ, ഇന്ന് ദുർഗാഷ്ടമിയാണ്. ഇന്ന് തന്നെ ഈ നാടുവിടണമെന്നാണ് അദ്ദേഹം ഉപദേശിച്ചിരിക്കുന്നത്. അതിനുമുമ്പ് തറവാട്ടിലെ പൂജാമുറിയിൽ ഉണ്ടായിരുന്ന വാളും മണിയും മൂലകുടുംബക്ഷേത്രമായ നാഗക്കാട്ടിലെ വനദുർഗാക്ഷേത്രത്തിൽ എത്തിക്കണം.‘

വരലക്ഷ്മി അതുപറഞ്ഞുകൊണ്ട് കൈയിൽ ചെമ്പട്ടിൽ പൊതിഞ്ഞുപിടിച്ചിരുന്ന പുരാതനമായ വെള്ളി വാളും മണിയും ഒരിക്കൽക്കൂടി പൊതിഞ്ഞു മുറുകെ പിടിച്ചു.

ആർദ്ര ചിരിച്ചു

'അമ്മയ്ക്ക് പ്രാന്താണ്. ആറ്റുകാൽ ശർമയൊക്കെ തട്ടിപ്പുകാരനാണ്. അയാളെന്തോ പ്രാന്ത് പറഞ്ഞന്ന് വിചാരിച്ച് തറവാട് ഇട്ടെറിഞ്ഞ് ഓടണോ.'

വരലക്ഷ്മി കോപിച്ചു

'നീ വലിയ വർത്തമാനം പറയല്ലേ ആർദ്രേ.. തറവാട് മുച്ചൂടും നശിച്ചുപോയില്ലേ.. ഇനിയെന്തു തേങ്ങയാണ് അവിടിരിക്കുന്നത്. ഇടിഞ്ഞുവീഴാറായ ഒരു കെട്ടിടമോ.. പ്രേതാലയം പോലെയുണ്ട്. ആരെങ്കിലും അങ്ങോട്ട് തിരിഞ്ഞുനോക്കാറുണ്ടോ. ഈ അമ്മയും മകളും ജീവിച്ചിരിക്കുന്നുണ്ടോ എന്ന് ആരെങ്കിലും അന്വേഷിച്ചു വരാറുണ്ടോ. ഒരു നായ പോലും അതവഴി വിലങ്ങാറില്ല. ദുർഭൂതങ്ങളും ദുരാത്മാക്കളും വിലസുന്ന ഒരിടം. എങ്ങനെയെങ്കിലും ബാംഗ്ലൂരിൽ എത്തിയാൽ മതി.'

ആ സമയം കാട്ടുപാതയുടെ ഓരത്ത് എന്തോ മുരളുന്നപോലെ ഒരു ശബ്ദം കേട്ടു.

അമ്മയും മകളും ഭീതിയോടെ നിന്നു.

'എന്താണാ ശബ്ദം..?'

അതിരൗദ്രമായ ഒരു ശബ്ദം.

'ഞാനമ്മയോട് പറഞ്ഞതല്ലേ. .ആരെയെങ്കിലുംകൂട്ടിനു കൊണ്ടുവരാമെന്ന്..'

'ആര് വരാനാണ് മോളേ നമ്മളോടൊപ്പം. എല്ലാവരും നമ്മളെ ഒറ്റപ്പെടുത്തി നിർത്തിയിരിക്കുവല്ലേ.. അയൽക്കാർ ആരെങ്കിലും പടിവാതിൽ വിലങ്ങാറുപോലുമില്ല. ഇത് നമുക്ക് ചെയ്തേ പറ്റൂ...നീ വേഗം വരൂ..'

നാഗക്കാട്ടിലെ വനദുർഗയമ്മേ രക്ഷിച്ചാലും...

പക്ഷേ വനദുർഗയമ്മക്ക് ആ വിളി കേൾക്കാൻ ആകുമോ?

ആറ്റുകാൽ ശർമാജി പറഞ്ഞതെല്ലാം ഇപ്പോഴും കാതിൽ മുഴങ്ങുന്നു

മംഗലത്ത് തറവാട്ടിലെ കാരണവരായിരുന്നു കൊച്ചുകുട്ടൻ പണിക്കർ. മഹാമാന്ത്രികനായിരുന്നു അദ്ദേഹം. മുരുകനേയും മുന്നൂറ്റിത്തൊണ്ണൂറ് ചാത്തന്മാരേയും ഭദ്രകാളിയേയും വരാഹിയേയും വശപ്പെടുത്തി മാന്ത്രികകർമങ്ങൾ നടത്തുമായിരുന്നു കൊച്ചുകുട്ടൻ പണിക്കർ. കിഴിക്കണക്കിന് പണം കാൽചുവട്ടിൽ കൊണ്ടുവന്നു വച്ചവരുടെ നന്മ തിന്മകൾ തിരക്കാതെ നീതിയും അനീതിയും

തിരക്കാതെ കൊച്ചുകുട്ടൻ പണിക്കർ കഠിനമായ ആഭിചാരകർമങ്ങൾ ചെയ്തു. മുരുകനെക്കൊണ്ട് ധനബന്ധനം നടത്തി. വാരാഹിയെക്കൊണ്ട് കുടുംബങ്ങളുടെ അടിക്കല്ലിളക്കി. ചെങ്കണപതിയെക്കൊണ്ട് പല കുടുംബങ്ങളുടേയും വഴിമുടക്കി. കുട്ടിച്ചാത്തന്മാരെക്കൊണ്ട് പല കുടുംബങ്ങളിലേയും കുലസ്ത്രീകളെ വഴിതെറ്റിച്ച് ആത്മഹത്യ ചെയ്യിച്ചു. എതിർക്കക്ഷിയിൽ നിന്ന് കരാറെടുത്ത കുടുംബങ്ങളിൽ അപകടമരണങ്ങൾ സൃഷ്ടിച്ചു. നൂറുകണക്കിന് കുടുംബങ്ങൾ പണിക്കരുടെ ആഭിചാരത്തിലും മാരണ വിദ്വേഷണപ്രയോഗങ്ങളിൽ അടിപെട്ട് തകർന്നടിഞ്ഞു. നിരവധിപേർ ദുർമരണപ്പെട്ടു. അവരുടെ ശാപവും മരണമടഞ്ഞ ആത്മാക്കളുടെ കോപവും മംഗലത്ത് തറവാടിനെ ചുറ്റി നിന്നു. പണിക്കരുടെ ജാതകത്തിലെ നല്ല കാലം തീർന്നപ്പോൾ ചെയ്ത ദുഷ്കർമങ്ങളെല്ലാം അനേകമിരട്ടി ശക്തിയിൽ തിരിഞ്ഞടിക്കാൻ തുടങ്ങി. മംഗലത്ത് തറവാടിന്റെ മൂലകുടുംബക്ഷേത്രമായ നാഗക്കാട്ടിലെ വനദുർഗയായിരുന്നു പ്രധാനളപാസനാമൂർത്തി. വനദുർഗയെപ്പോലും മാന്ത്രികകർമങ്ങളാൽ അടിമപ്പെടുത്തി ദുഷ്ടപ്രവൃത്തികളുടെ പാത്രമാക്കി കടുത്ത ദുർദേവതയാക്കി മാറ്റി. ഉപദേവതയായ വടയക്ഷിണിയെ അർദ്ധരാത്രിയുടെ ഭദ്രകാളിയാമത്തിൽ മണ്ഡപമൊരുക്കി കാമപൂരണം ചെയ്തുകൊടുത്ത് സംഹാരമൂർത്തിയാക്കിയിരുന്നു. ഈ മൂർത്തികളെല്ലാം പണിക്കർക്കും കുടുംബത്തിനും എതിരായി മാറി. അവരുടെ കോപത്തിൽപ്പെട്ട് പണിക്കർ ഒരു ദുർഗാഷ്ടമി നാളിൽ നാഗക്കാട്ടിലെ വനദുർഗാക്ഷേത്രത്തിൽ വച്ചു കൊല്ലപ്പെട്ടു. അതോടെ പ്രതിരോധങ്ങളെല്ലാം അസ്തമിച്ചു. മംഗലത്ത് തറവാട് പിന്നെ അതിവേഗം ക്ഷയിക്കാൻ തുടങ്ങി. പണിക്കരുടെ മാന്ത്രിക പിൻഗാമികളായി ആരും ഉണ്ടായിരുന്നില്ല. രണ്ടാൺമക്കളും ഒരു മകളുമായിരുന്നു പണിക്കരുടെ മക്കൾ. പണിക്കരുടെ മാന്ത്രിക സ്വാധീനം കൊണ്ട് മക്കൾ ഉന്നത സർക്കാർ ഉദ്യോഗങ്ങൾ നേടി. മകൾ വിദേശത്ത് ജോലിയുള്ള ഒരുവനെ കല്യാണം കഴിച്ചു. ആധുനികതയെ പുൽകിയ പുതുതലമുറ പണിക്കരുടെ കർമങ്ങളെ പുച്ഛരിച്ചു തള്ളി. തങ്ങളെ ഈ വിധം ഉന്നതിയിലെത്തിച്ചത് അച്ഛന്റെ ദുഷ്കർമങ്ങളുടെ ശക്തികൊണ്ടാണെന്ന് മക്കൾ മറന്നുപോയി.

മക്കളെയെല്ലാം ഉന്നതനിലയിൽ വിദ്യാഭ്യാസം ചെയ്യിച്ച് വലിയ രാഷ്ട്രീയ പ്രമുഖരുടെ തറവാടുകളിൽ നിന്നും ബിസിനസ് കുടുംബങ്ങളിൽ നിന്നും വിവാഹബന്ധം ഏർപ്പെടുത്തിക്കൊടുക്കുന്നതിലും കൊച്ചുകുട്ടൻ പണിക്കർ മുന്നിൽത്തന്നെ നിന്നു. പക്ഷേ പണിക്കരുടെ ദുർമരണത്തിന് ശേഷം സംഭവിച്ചതെല്ലാം അതിവേഗമായിരുന്നു. പണിക്കരുടെ മൂത്തമകൻ കൊച്ചുനീലാണ്ടൻ ആർഡിഒ ആയിരുന്നു. മാത്രമല്ല പണിക്കർ സമ്പാദിച്ച പണം കൊണ്ട് നിർമിച്ച കല്യാണ ഓഡിറ്റോറിയങ്ങളും റിസോർട്ടുകളും മറ്റും കൊച്ചുനീലാണ്ടനായിരുന്നു നോക്കി നടത്തിക്കൊണ്ടിരുന്നത്. കൊച്ചുനീലാണ്ടൻ പെൻഷനാകാൻ ഏതാനും കൊല്ലം മാത്രം ബാക്കി നിൽക്കെ ആയിരുന്നു അച്ഛൻപണിക്കരുടെ ദുർമരണം. അതു കഴിഞ്ഞതോടെ കൊച്ചുനീലാണ്ടൻ ജോലിയിൽ നടത്തിയ തട്ടിപ്പുകളൊക്കെ ഒന്നൊന്നായി പുറത്തു വന്നു. ജോലിയിൽ നിന്ന് പിരിച്ചുവിടപ്പെട്ടു. പിന്നെ കല്യാണ ഓഡിറ്റോറിയങ്ങളും റിസോർട്ടുകളും നോക്കിനടത്താൻ തുടങ്ങി. മൂന്നാറിലെ ഹിൽടോപ്പിലെ ഒരു റിസോർട്ട് പണിക്കരുടേതായിരുന്നു. അങ്ങോട്ടുള്ള കയറ്റംകയറുന്നതിനിടെ വണ്ടി തലകീഴായി കൊക്കയിലേക്കു മറിഞ്ഞ് നീലാണ്ടനും ഒപ്പമുണ്ടായിരുന്ന ഇളയമകൻ അഭിജിത്തും മരിച്ചു. അഭിജിത്ത് അപ്പോൾ ബാംഗ്ലൂരിൽ മെഡിസിന് പഠിക്കുകയായിരുന്നു. വൈകാതെ നീലാണ്ടന്റെ മൂത്തമകൻ ജനാർദ്ദനൻ ജക്കാർത്തയിലുണ്ടായ ഒരു വിമാനാപകടത്തിൽ കൊല്ലപ്പെട്ടു. അയാളുടെ ഭാര്യ കാസരോഗം വന്നു മരിച്ചു. ഒരേയൊരു മകൾ ആരുടേയോ കൂടെ ഒളിച്ചോടിപ്പോയി. പിന്നെ ആത്മഹത്യ ചെയ്തതായി അറിഞ്ഞു. പണിക്കരുടെ രണ്ടാമത്തെ മകൻ സുകേശന്റെ ഭാര്യയാണ് വരലക്ഷ്മി. സുകേശൻ ഒരു മിലിട്ടറി ഓഫീസറായിരുന്നു. ഝാർഖണ്ഡിലെ ഒരു ഭീകരാക്രമണത്തിനിടെ സുകേശനും കൊല്ലപ്പെട്ടു. സുകേശന്റേയും വരലക്ഷ്മിയുടേയും ഒരേയൊരു മകളാണ് ആർദ്ര. പണിക്കരുടെ മകളാണ് അഞ്ജന. അവരെ വിവാഹം കഴിച്ചിരുന്നത് കരുനാഗപ്പള്ളിയിലെ ഒരു പ്രമുഖ രാഷ്ട്രീയക്കാരനായിരുന്ന രാമകൃഷ്ണപിള്ളയായിരുന്നു. അവർക്ക് രണ്ടു മക്കളുണ്ടായിരുന്നു. മൂത്തമകൻ ദേവനാരായണൻ ഒരു മയക്കുമരുന്നുകേസിൽപ്പെട്ട് ജയിലിൽ ആണ്. എംഎൽഎ വരെ

ആയ രാമകൃഷ്ണപിള്ള ഒരു ഹണിട്രാപ്പിൽ കുടുക്കപ്പെട്ടു. മാനം നഷ്ടപ്പെട്ട അയാൾ ഭാര്യയേയും മകളേയും കൂട്ടി വിഷം കഴിച്ച് ആത്മഹത്യ ചെയ്തു. ഇനി മംഗലത്ത് തറവാട്ടിൽ അവശേഷിക്കുന്നത് വരലക്ഷ്മിയും മകളും മാത്രമാണ്.

പൊടുന്നനെ മുകളിൽ നിന്ന് പൊട്ടിവീണതുപോലെ അവർക്ക് മുന്നിലേക്ക് എന്തോ വന്നു വീണു.

വരലക്ഷ്മിയും ആർദ്രയും ഞെട്ടി നിന്നു.

മരത്തിന്റെ മുകളിൽ നിന്ന് താഴേക്കു പതിച്ച ഒരു കരിമൂർഖനായിരുന്നു അത്.

അത് പത്തി വിടർത്തി ആടാൻ തുടങ്ങി.

അതിന്റെ കവിളുകൾ വീർപ്പിച്ച് പകയോടെ ചീറ്റി.

കാട്ടുവഴിയുടെ ഒത്തനടുക്ക് അവർക്ക് മാർതടസം സൃഷ്ടിച്ചുകൊണ്ട് സർപ്പം അവരെ പ്രതികാരബുദ്ധിയോടെ നോക്കി.

വരലക്ഷ്മിയും ആർദ്രയും പേടിച്ചുവിറച്ചു നിന്നു.

വരലക്ഷ്മി വിറയലോടെ ആ സർപ്പത്തെ തൊഴുതു

'ഞങ്ങൾ ശത്രുക്കളാണോ... ഞങ്ങളോടെന്തേ ഇങ്ങനെ...?'

ആ നാഗത്താന്റെ ശൗര്യത്തെ ഒട്ടും കുറച്ചില്ല അവളുടെ പരിദേവനം.

വരലക്ഷ്മി ചെമ്പട്ടിൽ പൊതിഞ്ഞ വാളും മണിയും കാണിച്ചു.

'ഇതാണ് അടയാളം...!'

അതുകണ്ടതോടെ ആ സർപ്പം ഉഗ്രമായി ചീറ്റിക്കൊണ്ട് അവർക്കുനേരേ ചാടി.

അമ്മയും മകളും ഭീതിയോടെ പിന്നോക്കം നീങ്ങി.

അവർ നിലതെറ്റി വീണു.

വാളും മണിയും തെറിച്ചുവീണു.

സർപ്പം ഉഗ്രമായ പത്തി വിടർത്തിക്കൊണ്ട് അവർക്കു മുന്നിലേക്ക് ഉയർന്നു.

മൂലകുടുംബക്ഷേത്രത്തിലെ വനദുർഗാഭഗവതിയുടെ പ്രതീകമായി തറവാട്ടിലെ പൂജാമുറിയിൽ സൂക്ഷിക്കുന്ന വെള്ളിവാളും മണിയും കണ്ടിട്ടും ഈ സർപ്പം കോപിഷ്ണനാകുന്നതെന്തേ. മുത്തച്ഛൻ ദ്രോഹിച്ച ഏതെങ്കിലും മൂർത്തിയാകുമോ ഇത്

ഭയന്നുവിറയ്ക്കുന്നതിനിടയിലും ആർദ്ര ചിന്തിച്ചത് അതായിരുന്നു.

പൊടുന്നനെ ഭൂമി ഒന്നു പ്രകമ്പനം കൊണ്ടു.

ഇരുകമ്പി ഭൂമിയിൽ പതിക്കുമ്പോൾ ഉണ്ടാകുന്ന ഒരു തരം ശബ്ദം.

സർപ്പം പത്തിചുഴറ്റി നാലുപാടും നോക്കി.

അത് നാവ് വെളിയിലിട്ട് അന്തരീക്ഷത്തെ ശ്വസിച്ചു.

പിന്നെ ഭീതിദമായ ഒരു ആപത്ത് മണത്തിട്ടെന്നപോലെ പത്തി ചുരുക്കി ചുരുളുകൾ അഴിച്ചു അടങ്ങി.

വരലക്ഷ്മിയും ആർദ്രയും പരസ്പരം നോക്കി.

9

മുത്താറമലയുടെ മുകളിൽ സൂര്യൻ ആളിക്കത്തുകയായിരുന്നു.

ഇന്ന് ദുർഗാഷ്ടമി.

സലോമി കിണറിനുള്ളിലേക്ക് നോക്കി.

സൂര്യൻ കിണറിനുള്ളിൽ പ്രതിഫലിക്കുന്നു.

കെട്ടഴിഞ്ഞ ഇടതൂർന്ന കേശഭാരത്തിനിടയിൽ തന്റെ മുഖം അവൾ താഴെ ജലത്തിൽ ദർശിച്ചു.

പിന്നെ നിറഞ്ഞ നഗ്നമായ സ്തനഭാരവും കണ്ടു.

അരയിൽ ഒരു ചുവന്ന് പട്ട് മാത്രമേ വസ്ത്രമായിട്ടുള്ളൂ.

സൂര്യന്റെ താപമേറ്റ കിണർജലത്തിൽ നിന്നും നീരാവി പൊങ്ങി വന്നു.

അതൊരു അവ്യക്തമായ രൂപം പ്രാപിച്ചു.

സലോമി ഏകാഗ്രതയോടെ അത് നോക്കി നിന്നു.

കിണർപരപ്പിൽ   നീരാവി   ഉരുണ്ടുകൂടി   പുകമഞ്ഞുപോലെ ഉത്തസ്വാമിയുടെ രൂപം പ്രകടമായി.

ആ രൂപം അവളുടെ നേരേ അന്തരീക്ഷത്തിൽ നില കൊണ്ടു.

അത് അവളോട് സംസാരിക്കാൻ തുടങ്ങി

'എന്റെ ലക്ഷ്യം പൂർത്തീകരിക്കണമെങ്കിൽ ഇനി മൂന്ന് പേർകൂടി അവശേഷിക്കുന്നു.'

'ആരൊക്കെ?'

സലോമി ചോദിച്ചു.

ഉത്തസ്വാമി പറഞ്ഞു:

'മംഗലത്ത് തറവാട്ടിലെ കൊച്ചുകുട്ടൻപണിക്കരുടെ മരുമകൾ വരലക്ഷ്മിയും പേരക്കുട്ടി ആർദ്രയും. പിന്നെ വേറൊരുത്തൻ കൂടി

വരുന്നുണ്ട്.'

'ആരാണത്.. ?'

'ശെന്താവ്..!!'

'അവനും ഇവരുമായി എന്ത് ബന്ധം..?'

'ആർദ്രയുടെ മുറച്ചെറുക്കനൊണവൻ.. '

'ശെന്താവ്.. കേട്ടിട്ട് ഒരു തമിഴനെപ്പോലെ..?'

'പക്ഷേ അവൻ മംഗലത്ത് തറവാട്ടിലെ അംഗമാണ്.'

'അതെങ്ങനെ?'

'എംഎൽഎ രാമകൃഷ്ണപിള്ളയുടെ മകൻ ദേവനാരായണൻ ആണത്. ഇക്കാലമത്രയും അവൻ ജയിലിൽ ആയിരുന്നു.'

'ഓഹോ..?'

'അവനായിരിക്കും നിന്റെ പ്രധാന പ്രതിയോഗി. അവനെ സംഹരിക്കൂ..'

ഉത്തസ്വാമിയുടെ കൽപ്പന അവളുടെ തലച്ചോറിൽ പ്രകമ്പനം കൊണ്ടു.

ധിക്കരിക്കാനാകാത്ത ഒരു ആജ്ഞപോലെ ഉത്തസ്വാമി സലോമിയെ നയിക്കുകയാണ്. അവൾക്കത് ചെയ്തേ പറ്റൂ. കാരണം അവൾ അയാളുടെ അടിമയാണ്. അവൾ അപഹരിച്ച അയാളുടെ ബാഹ്യശരീരത്തിന്റെ ശൂന്യത നികത്തേണ്ടത് അവളാണ്. ഇപ്പോൾ സലോമിയുടെ ശരീരം ഉത്തസ്വാമിയുടെ ആത്മാവും മനസുമാണ്. അയാൾ അവളോട് ആജ്ഞാപിക്കുന്നു. പിന്നെ സ്വയം അവളിൽ പ്രവേശിച്ച് അയാൾക്ക് വേണ്ടത് നടപ്പിലാക്കുന്നു. അവളുടെ സ്ത്രീശരീരം കൊണ്ട് സ്ത്രൈണഭാവത്തിന്റെ പഞ്ചേന്ദ്രിയ സുഖങ്ങളേയും അയാൾ ആസ്വദിക്കുന്നു. സലോമി ഒരേ സമയംആണും പെണ്ണുമായി മാറുന്നു. അതായത് അവൾ ഒരേ സമയം മന്ദാരയക്ഷിയും കണ്ടകറ്റനുമാണ്.

ഉത്തസ്വാമി ഒരു പുക പോലെ അവളുടെ നാസാരന്ധ്രങ്ങളിലൂടെ അകത്തേക്ക് പ്രവേശിച്ചു.

അതോടെ അവൾ ആലസ്യം വിട്ട് ചടുലമായി പ്രവർത്തിച്ചു.

കിണറ്റിൽ നിന്ന് ഒരു തൊട്ടി വെള്ളം കോരി അവൾ ശിരസ് വഴി കമിഴ്ത്തി.

പിന്നെ പൂജാമുറിയിലേക്കോടി.

10

അതൊരു തമിഴന്റെ ചരക്കുലോറിയായിരുന്നു.

അണ്ണാദുരൈ എന്നോ മറ്റോ ആണ് ആ ലോറിയുടെ പേര്.

ബാലസമുദ്രം റോഡിലെ അമ്മൻകോവിലിനടുത്തു നിന്നും ശെന്താവ് ആ ലോറിക്ക് കൈ കാണിച്ച് കയറിപ്പറ്റുമ്പോൾ അതിൽ ഡ്രൈവറും ക്ലീനറും മാത്രമേ ഉണ്ടായിരുന്നുള്ളൂ. കേരളത്തിലേക്ക് പേരക്ക കൊണ്ടുപോവുന്ന ലോറിയാണ്. പെരിയനായകി അമ്മൻകോവിലിന്റ മുന്നിൽ നിന്ന് രണ്ടോ മൂന്നോ ആളുകൾ കൂടി അതിൽ കയറിപ്പറ്റി. ലോറിയുടെ ക്യാബിൻ അതോടെ തിങ്ങിനിറഞ്ഞ മട്ടായി. ലോറി ഡ്രൈവർ തടിച്ചുരുണ്ട ഒരു അതികായനാണ്. അയാള് ഇനിയും ആരെയെങ്കിലും വിളിച്ചുകയറ്റുമോ എന്ന ശങ്കയിലായി ശെന്താവ്. ആളുകളുടെ വിയർപ്പുമണം ലോറിയുടെ ക്യാബിനിൽ തിങ്ങിനിറഞ്ഞു.

ശെന്താവിന് വല്ലാതെ തോന്നി. അവൻ ചുറ്റും നോക്കി.

എല്ലാവരും ഒരു പ്രത്യേകരീതിയിലാണ് തന്നെ നോക്കുന്നത്.

പിന്നിൽ രണ്ടുപേരുണ്ട്.

ശെന്താവിന്റെ ആറാമിന്ദ്രിയം അപകടം മണത്തു.

അവൻ ഇടംകൈ കൊണ്ട് വേൽ മുറുകെ പിടിച്ചു.

വലം കൈ ഇടുപ്പിൽ അടിവസ്ത്രത്തിനുള്ളിലെ പിസ്റ്റോളിൽ പിടിച്ചു.

അതവൻ ആരും സംശയിക്കാതിരിക്കാൻ അടിവസ്ത്രത്തിലാണ് സൂക്ഷിച്ചത്.

പുഷ്പത്തൂർ പിന്നിട്ട് സ്വാമിനാഥപുരം പോലീസ്റ്റേഷൻ കടന്നുകിട്ടിയപ്പോൾ ഡ്രൈവർ മൗനം ഭഞ്ജിച്ചു.

'സ്വാമി എങ്കേ പോകിറാർ..?'

അയാൾ ആദ്യമായാണ് ഇപ്പോൾ ശെന്താവിനോട് സംസാരിക്കുന്നത്.

'പാലക്കാട്..!'

'പാലക്കാട്ടിൽ എന്ന ടിത്തം..?'

'ചുമ്മാ..'

ശെന്താവ് അലസമായി പറഞ്ഞു.

ഡ്രൈവർ ചിരിച്ചു.

ഒരുതരം അലറിച്ചിരിയായിരുന്നു.

'നീങ്കൾ അന്ത തുപ്പാക്കിയെ തൊലൈത്തുവിട്ടാർകൾ ഇല്ലയാ.. അതൈ തൂക്കി എറിന്തതു നല്ലാട്ടു.. നാൻ അതൈ പാർത്തേൻ.. എന്നിട്ട് അന്ത സ്വാമി ഉനക്ക് ഒരു സൂലം കൊടുത്താർ..'

ശെന്താവ് ഡ്രൈവറെ നോക്കി.

ഡ്രൈവർ പരിഹാസത്തോടെ തുടർന്നു:

'എങ്കൾ നാച്ചിമുത്തു അണ്ണാവൈ കൊൺട്രൈ അല്ലവാ.. അവർ എങ്കൽ അരിസി.. അണ്ണാവേ കൊണ്ട്രുവിട്ട് ഇന്ത നാട്ടൈ വിട്ട് വെളിയേറലാം എന്ട്ര് നിനൈത്താ നീയ്..'

ഞൊടിയിടയിൽ പിന്നിൽ നിന്നും ശെന്താവിന്റെ കഴുത്തിൽ പ്ലാസ്റ്റിക് കയർ പോലെന്തോ ചരട് കുരുങ്ങി.

അത് വലിഞ്ഞുമുരുകാൻ തുടങ്ങി.

ശെന്താവ് അടിവസ്ത്രത്തിനിടയിൽ നിന്നും വലംകൈ കൊണ്ട് പിസ്റ്റോൾ വലിച്ചെടുത്ത് ഉദരത്തിന്റെ ഇടത്തേ വശത്തായി പിന്നിലേക്കീ പിടിച്ച് നിറയൊഴിച്ചു.

പിന്നിൽ നിന്നും കയറിട്ടു മുറുക്കിയവൻ വെടിയേറ്റുവീണു.

അടുത്ത നിമിഷം ശെന്താവിന്റെ തോക്ക് വശങ്ങളിൽ ഇരുന്നവരുടെ കഴുത്തിലും തുളകൾ വീഴ്ത്തി.

പിന്നിലിരുന്ന മറ്റൊരുവൻ കടാരപോലൊരു ആയുധം എടുക്കുന്നത് റിയർവ്യൂ മിററിലൂടെ ശെന്താവ് കണ്ടു.

പ്രതിയോഗിക്ക് എന്തെങ്കിലും ചെയ്യാൻ കഴിയുന്നതിന് മുമ്പേ ശെന്താവ് തിരിഞ്ഞെഴുന്നേറ്റ് അവന്റെ നെഞ്ചിൽ നിറയൊഴിച്ചു.

ക്ലീനർ സീറ്റിനടിയിലേക്ക് പതുങ്ങുന്നതു കണ്ടു.

ഡ്രൈവർ അമ്പരപ്പോടെ നോക്കുകയാണ്. അയാളുടെ കൈയിൽ നിന്നും ലോറി നിയന്ത്രണം വിടുകയാണ്.

ശെന്താവ് ക്ലീനറെ വെടിവച്ചിട്ടിട്ട് ഡ്രൈവറുടെ കഴുത്തിൽ കാലമർത്തി.

'നായിന്റെ മോനേ.... ഞാൻ ശെന്താവാണ്.. പക്ഷേ തമിഴനല്ല.......ദേവനാരായണൻ.. അതാണെന്റെ യഥാർത്ഥ പേര്..'

ഡ്രൈവർ കണ്ണു മിഴിച്ചു.

ഇനി അയാൾ മാത്രമേയുള്ളൂ. ലോറിയിൽ ബാക്കിയുണ്ടായിരുന്നവരൊക്കെ പരലോകം പൂകിക്കഴിഞ്ഞു.

ലോറി പാളി.

ശെന്താവ് അയാളുടെ നെറ്റിയിൽ പിസ്റ്റോൾ ചേർത്തു വച്ച് ട്രിഗർ വലിച്ചു.

ബുള്ളറ്റ് അയാളുടെ ശിരസുപിളർന്ന് കടന്നുപോയി.

അതേ നിമിഷം തന്നെ ഡ്രൈവറെ വലിച്ചുമാറ്റി ശെന്താവ് ലോറിയുടെ നിയന്ത്രണം ഏറ്റെടുത്തു.

ക്യാബിൻ നിറയെ മനുഷ്യശവങ്ങളും ചോരയും.

ശെന്താവ് അക്ഷോഭ്യനായി വണ്ടിയോടിച്ചു.

ഉദുമൽപ്പേട്ടെ ആകാൻ പോകുന്നു.

അത് തിരക്കേറിയ പട്ടണമാണ്.

ഈ ലോറിയുമായി അധികം ദൂരം പോകുന്നത് മണ്ടത്തരമാകുമെന്ന് ശെന്താവിന് തോന്നി.

ഏറെക്കുറെ വിജനമായ ഹൈവേയിലൂടെയാണ് വണ്ടിയോടുന്നത്.

ശെന്താവ് ലോറി വെട്ടിച്ച് വലതുവശത്തെ കാട്ടിലേക്കു കയറ്റി.

റോഡിൽ നിന്ന് ആർക്കും കാണാൻ പറ്റാത്ത വിധം പൊന്തക്കാടിന്റെ മറവിൽ പാർക്കു ചെയ്തിട്ട് ശെന്താവ് ലോറിയിൽ നിന്ന് ചാടിയിറങ്ങി.

ഡ്രസിൽ രക്തമുണ്ട്.

കാട്ടിലൂടെ അൽപദൂരം നടന്നപ്പോൾ ഒരു അരുവി കാണാറായി. അമരാവതിനദിയുടെ ഒരു കൈവഴിയാണത്.

അവൻ വസ്ത്രങ്ങൾ അരുവിയിൽ കഴുകിയെടുത്തു. അത് തീരത്തെ പാറക്കല്ലുകളിൽ നിവർത്തി ഉണങ്ങാനിട്ടു.

സൂര്യന്റെ ചൂടിന് ശക്തിയേറി വന്നു.

നദിയിലേക്ക് ചാഞ്ഞു നിന്നിരുന്ന ഒരു ഒതളമരത്തിന്റെ കാടുപിടിച്ച ശിഖരത്തിന്റെ ഇലച്ചാർത്തിനടയിൽ അസാധാരണമായ രണ്ട് കണ്ണുകൾ തീക്കട്ട പോലെ തിളങ്ങി. കറുത്തിരുണ്ട ഒരു വിചിത്രജീവി. അത് ശെന്താവിനെ പകയോടെ നോക്കി.

ശെന്താവിന്റെ ആറാമിന്ദ്രിയം എന്തോ മണത്തറിഞ്ഞു.

അവൻ മുഖമുയർത്തി അന്തരീക്ഷത്തെ ശ്വസിച്ചു.

പിന്നെ പൂർണനഗ്നനായി നദിയിൽ മുങ്ങിക്കയറി വന്നു.

തണൽ പൂണ്ടു നിന്ന് ഒരു പാറയുടെ മുകളിൽ ശെന്താവ് ധ്യാനത്തിലാണ്ട്.

അവന്റെ ഈറൻ മുടിയും താടിയും ദേഹത്തിൽ പറ്റിപ്പിടിച്ച് കിടന്നു.

ഒതളമരത്തിന്റെ ശിഖരം ഏതാനും അടി അകലെ മാത്രമാണ്.

അതിനുള്ളിൽ പതിയിരിക്കുന്ന വിചിത്രജീവി ശെന്താവിനെ തന്നെ തുറിച്ചുനോക്കിയിരിക്കുകയാണ്.

ശെന്താവ് ധ്യാനത്തിന്റെ പരമകോടിയിലേക്ക് ഉയർന്നു.

ഒരു കാറ്റ് അവിടെ വട്ടം ചുറ്റാൻ തുടങ്ങി.

ഇലച്ചാർത്തിനുള്ളിലെ വിചിത്രജീവി ഒരു പ്രത്യേകഭാവം കൈവരിക്കുകയാണ്. അതിന്റെ പിന്നിൽ ആരോ തല്ലുന്നതുപോലെ അത് പ്രകോപിതനാകുന്നു.

ആ സമയം മുത്താറമലയുടെ മുകളിൽ കുടിലിന് പിന്നിൽ തറകെട്ടി നിരത്തിയിരുന്ന കുലാല ദൈവങ്ങൾക്കു മുന്നിൽ അർദ്ധബോധാവസ്ഥയിൽ കോപിഷ്ഠയായി ആടുകയായിരുന്നു സലോമി.

മഞ്ഞളും കുങ്കുമവും പൂശിയ നിരവധി ശിലകൾ ആ തറയിൽ നിരത്തിപ്രതിഷ്ഠിച്ചിട്ടുണ്ടായിരുന്നു. ഓരോന്നും ഒരോ മൂർത്തികളാണ്.

അതിൽ ഒരു കല്ലിന്റെ തലയിൽ അവൾ കൈകൊണ്ട് ആഞ്ഞടിച്ചു കൊണ്ടിരുന്നു.

'....കുട്ടി കുട്ടി കരിങ്ങോടി കല്ലൻകുട്ടി എട്ടുദിക്കിലും ചെന്നുപൊട്ടി പൊട്ടിപ്പൊട്ടി ശത്രുവെ ഹനിച്ച് മാറ്റനെ ഹനിച്ച് അവന്റെ ഗളം വെട്ടി വെട്ടി നിണത്ത രുചിച്ചുവാ കുട്ടിച്ചാത്താ...'

'....പോ കരിങ്ങോടികല്ലൻകുട്ടിച്ചാത്താ... പോയി അവനെ കൊന്നു വാ... അവനെവിടെയാണേലും പോയി കൊന്നുവാ...'

സലോമി തറയിൽ കുത്തി നിർത്തിയിരുന്ന ത്രിശൂലത്തിൽ പെരുവിരൽ ആഴ്ത്തി മുറിവുണ്ടാക്കി ആ ശിലയിലേക്ക് രക്തം ഇറ്റിച്ചു.

ഒതളമരത്തിലെ ശിഖരത്തിലെ വിചിത്രജീവി വെപ്രാളപ്പെട്ടു.

ശെന്താവിന്റെ ചുറ്റും കാറ്റ് ഒരു ചുഴലിപോലെ ആഞ്ഞുവീശുകയും നദിയിലെ വെള്ളം കൂനപോലെ ഉയരുകയും ചെയ്തു.

ആ വിചിത്രജീവി ആ കാഴ്ചകണ്ട് അതിന്റെ വൃത്തികെട്ട് കാലുകൾ പിന്നോക്കം വച്ചു.

ശെന്താവ് ധ്യാനത്തിന്റെ പരമകോടിയിലെത്തി ഉറക്കെ അലറി.

ദിഗന്തങ്ങൾ നടുങ്ങുമാറ് ഉച്ചത്തിലുള്ള അലർച്ചയായിരുന്നു അത്.

അലർച്ചയുടെ അവസാനം ശെന്താവ് ഉറക്കെ ചോദിച്ചു:

'കരിങ്ങോടികല്ലൻകുട്ടിച്ചാത്താ..... മുന്നിൽ വാ.. ഇല്ലെങ്കിൽ നിന്നെ ഞാനൊടുക്കും...'

ഒതളമരത്തിലെ കൊമ്പിൽ ഇലച്ചാർത്തിനിടയിൽ ശെന്താവിന് നേരേ ചാടാൻ തക്കം പാർത്തിരുന്ന ആ വിചിത്രജീവി ഭയപ്പാടോടെ നദിയിലേക്ക് ചാടി.

അതിന്റെ ആയത്തിൽ ഒതളമരത്തിന്റെ കൊമ്പൊടിഞ്ഞു നിലം പതിച്ചു.

ശെന്താവ ആ ജീവി വെള്ളത്തിൽ പതിച്ചയിടത്തേക്ക് നോക്കി ചിരിച്ചു.

'പോയി അല്ലേ... ചെന്നു പറ അവളോട്.. ഇത് ദേവനാരായണനാണ് എന്ന്.'

11

ആ സമയം മുത്താറവലയിൽ ആ തറയുടെ മുകളിൽ ഒരു കൂറ്റൻ പാലയുടെശിഖരം ഒടിഞ്ഞുവീണു.

ശിലകളുടെ മുകളിലേക്കാണ് അത് വന്നു വീണത്.

ശിലകൾ ഇളകി ചിതറിത്തെറിച്ചു.

സലോമി ഒന്നു ഞെട്ടി..

കരിങ്ങോടികല്ലൻകുട്ടിച്ചാത്തൻ കാര്യം സാധിക്കാതെ തിരിച്ചു വന്നിരിക്കുന്നു.

സലോമി ആ ശില പിഴുതെടുത്ത് അതികോപത്തോടെ അടിവാരത്തേക്ക് ആഞ്ഞെറിഞ്ഞു.

ഏതോ ജീവിയുടെ വികൃതമായ ഒരു രോദനം താഴ്വരയിലെവിടേയോ മുഴങ്ങിക്കേട്ടു..

സലോമിയുടെ ഉടലാകെ വിറച്ചു.

അവൾ ഇരുകൈകളും ഇളകാതെ നിന്ന രണ്ടു ശിലകളുടെ നെറുകയിൽ ഉറപ്പിച്ചു

തീക്കുട്ടി ഗുളികനും രണരക്തമറുതയും.

അത്യുഗ്രമൂർത്തികൾ!!

'...തീക്കട്ടപ്പെട്ടിരിക്കും കൂട്ടിരിക്കും

ഉച്ചഗുളികൻ മാറ്റാന്റെ മന്ത്രത്തെ മറിഞ്ഞടിക്കും

പുല കുളിക്കും പുറ്റെരിക്കും തീക്കുട്ടിഗുളികാ...

പോയി ആടിവാ..തീയാടിവാ

കനലാടിവാ ഗുളികാ

രണരക്തമറുതേ ഭയങ്കരി

അടരാടിവാ മറഞ്ഞാടിവാ

മാറ്റന്റെ നിണത്തിൽ ആവോളം കുളിച്ചു
മജ്ജകൊണ്ട് കുറിതൊട്ടുവാ..

മംഗലത്ത് ദേവനാരായണൻ ഒരിക്കലും അവന്റെ മൂലകുടുംബക്ഷേത്രത്തിൽ എത്തരുത്. പോയി വാ വേഗം...'

സലോമി കൽപിച്ചു.

എവിടെ നിന്നോ ചൂടുള്ള ഒരു കാറ്റ് ഉയർന്നുവീശി സലോമിയെ ചുറ്റി കടന്നുപോയി.

അവൾ പൂജാമുറിയിലേക്കോടി.

കണ്ഠകക്കറ്റന്റെ മുന്നിൽ വിളക്കു തെളിയിച്ചു.

ഇനി ഉഗ്രപ്രത്യംഗിരാ ഹോമം നടത്തണം.

ഉത്ത സ്വാമി അവൾക്കുള്ളിൽ നിറഞ്ഞാടിക്കൊണ്ടിരുന്നു.

മംഗലത്തു തറവാടിന്റെ ശക്തികേന്ദ്രമായിരുന്ന നാഗക്കാട്ട് വനദുർഗയെ ഉത്തസ്വാമി കൊച്ചുകുട്ടൻ പണിക്കർക്ക് എതിരാക്കിയത് ചിലരുടെ സഹായത്താലായിരുന്നു. കുതന്ത്രങ്ങളുടെ ആശാനായ ജോത്സ്യൻ കുടമാളൂർ വിക്രമൻ പോറ്റിയുടെ കുരുട്ടുബുദ്ധിയിൽ തെളിഞ്ഞ ആശയമായിരുന്നു അത്. നാഗക്കാട്ട് വനദുർഗാക്ഷേത്രത്തിലെ ശാന്തിക്കാരനായി തങ്ങൾക്കനുകൂലനായി ഒരാളെ നിയോഗിക്കുക. അങ്ങനെയാണ് പള്ളിപ്പാട്ട് ശ്രീധരൻപോറ്റിയെ നാഗക്കാട്ടിലെ വനദുർഗാക്ഷേത്രത്തിൽ നിയോഗിക്കുന്നത്. കൊച്ചുകുട്ടൻ പണിക്കർ അറിഞ്ഞില്ല താൻ ശമ്പളം കൊടുത്തു ശാന്തിക്കാരനായി നിയോഗിക്കുന്നത് തന്റെ തറവാട് തകർക്കാൻ നിയുക്തനായ ദുഷ്ടനെയാണെന്ന്. ഉത്തസ്വാമി ഉപദേശിച്ച് ഗൂഢതന്ത്രങ്ങൾ ശ്രീധരൻപോറ്റി നാഗക്കാട്ടിൽ ചെയ്തു. പഞ്ചമൂർത്തികളെ ഇട്ട് ബന്ധിച്ച് പണിക്കരുടെ പരദേവതകളേയും കാരണവൻമാരേയും അയാൾക്കെതിരാക്കി മാറ്റുകയായിരുന്നു. കൊച്ചുകുട്ടൻ പണിക്കരും മംഗലത്ത് തറവാടും ഉത്തസ്വാമിയുടെ ചതിയിൽ തകർന്നു തരിപ്പണമായെങ്കിലും ദുഷ്കർമം ചെയ്തതിന്റെ തിരിച്ചടി ശത്രുക്കൾക്ക് നേരിടേണ്ടി വന്നു. ജോത്സ്യൻ കുടമാളൂർ വിക്രമൻ പോറ്റി ഹൃദയസ്തംഭനം വന്ന് ഒരുവശം തളർന്നുകിടപ്പിലായി. അയാൾ ദുഷ്കർമം ചെയ്ത് തീറ്റിപ്പോറ്റി വളർത്തിയ മക്കളും കുടുംബങ്ങളും ഒന്നൊന്നായി ഒടുങ്ങിത്തീർന്നു. ഒടുവിൽ ആരും നോക്കാനില്ലാതെ പുഴുവരിച്ച് ദയനീയമായി

വിക്രമൻപോറ്റി മരിച്ചു. ശ്രീധരൻ പോറ്റി ഒരു ടിപ്പർ അപകടത്തിൽ ദാരുണമായി കൊല്ലപ്പെട്ടു.

സലോമിയുടെ മനക്കണ്ണിൽ ഉത്തസ്വാമി ചരിത്രകഥ സ്പഷ്ടമാക്കി.

പൂജാമുറിയിൽ ധൂമപടലം പ്രകടമായി.

സലോമി കണ്ഡകക്കറ്റനോട് കൽപിച്ചു

'.. പ്രസീദ..പ്രസീദ... വീര കണ്ഡകക്കറ്റാ....തീക്കുട്ടി ഗുളികനും രണരക്തമറുതയും വിജയിച്ചുവരട്ടെ....'

എവിടേയോ ഒരു മുരൾച്ച കേട്ടു.

ഒരു മൃഗത്തിന്റെ മുരൾച്ച..

12

ശെന്താവ് റോഡരികിൽ വന്ന് ഒരു പച്ചക്കറിവണ്ടിക്ക് കൈ കാണിച്ചു.

ശെന്താവിന്റെ രൂപവും ഭാവവും കൈയിലെ വലിയ വേലുമൊക്കെ കണ്ടപ്പോൾ വണ്ടിക്കാരന് നിർത്താൻ ഭാവമില്ലായിരുന്നു.

പക്ഷേ എന്തോ ഒരു ആജ്ഞാശക്തി ശെന്താവിൽ നിന്ന് ഉയിർകൊണ്ടു. അറിയാതെ വണ്ടിക്കാരന്റെ കാൽ ബ്രേക്കിൽ അമർന്നുപോയി.

ശെന്താവ് വണ്ടിയുടെ പിന്നിൽ കയറി പച്ചക്കറിച്ചാക്കുകൾക്ക് മുകളിൽ ഇരുന്നു.

പിന്നിലെ റോഡിലേക്കു നോക്കിയുള്ള ആ ഇരുപ്പ് ഗംഭീരമായിരുന്നു.

ഉദുമൽപ്പേട്ട് പിന്നിട്ടു.

അന്തിയൂർ കഴിഞ്ഞപ്പോൾ റോഡ് വിജനമായി.

ഇരുവശത്തും കണ്ണെത്താത്ത പാടശേഖരങ്ങൾ മാത്രം.

ശെന്താവ് ഇരുവശത്തേക്കും നോക്കി.

പൊടിപടലങ്ങളുടെ ഒരു ചുഴലി പാടത്തുകൂടി കടന്ന് അങ്ങകലെ റോഡിലേക്ക് കയറുന്നതു കണ്ടു.

വൈകാതെ പച്ചക്കറി ലോറിയുടെ പിന്നിൽ ഒരു ടോറസ് ലോറി പ്രത്യക്ഷപ്പെട്ടു.

അതിഭയങ്കരമായ ഒരു മൂർത്തിയുടെ ഭാവത്തോടെയായിരുന്നു അതിന്റെ വരവ്.

ശെന്താവ് ആ ലോറിയെ തന്നെ ശ്രദ്ധിച്ചിരുന്നു.

അതിവേഗതയിൽ ആ ടോറസ് പച്ചക്കറിവണ്ടിയുടെ പിന്നിലെത്തി.

ആ ലോറിയിൽ ഡ്രൈവർ മാത്രമേയുള്ളൂ.

അയാൾ ശെന്താവിനെ പല്ലിളിച്ചു കാണിച്ചു.

ശെന്താവ് തെല്ലിട കണ്ണടച്ചു ധ്യാനിച്ചു.

അതോടെ പച്ചക്കറിവണ്ടിയുടെ വേഗം കൂടി.

ആ വണ്ടിയുടെ ഡ്രൈവർ അന്തം വിട്ടു. വണ്ടി അങ്ങേരുടെ നിയന്ത്രണത്തിലല്ല.

'എന്റെ വേളാങ്കണ്ണി മാതാവേ .. ഇതെന്ത് മറിമായമാണ്..'

പാവം ഡ്രൈവർ ഉള്ളുരുകി പ്രാർത്ഥിക്കാൻ തുടങ്ങി.

ടോറസ് ലോറിയുടെ ഡ്രൈവർ ആക്ലിറേറ്ററിൽ പരമാവധി കാലമർത്താൻ ശ്രമിക്കുകയാണെന്ന് ശെന്താവ് കണ്ടു.

ആ ലോറിയുടെ മുന്നിൽ ഒരു ഭീകരരൂപം ശെന്താവ് മിന്നായം പോലെ തെളിഞ്ഞുകണ്ടു.

രണരക്തമറുത!

ശെന്താവ് പിസ്റ്റോൾ എടുത്ത് ടോറസ് ലോറിയുടെ ഡ്രൈവറുടെ തല ലക്ഷ്യമാക്കി ഉന്നം പിടിച്ചു.

അതുകണ്ടിട്ടും ഡ്രൈവർക്ക് പ്രത്യേകിച്ച് ഭാവഭേദമൊന്നുമില്ല.

രണരക്തമറുതയുടെ പ്രേരണയാൽ അയാൾ അങ്ങനെ പ്രവർത്തിക്കുന്നതാണ്. അയാളെ കൊന്നതുകൊണ്ട് വിശേഷമൊന്നുമില്ല. തളക്കേണ്ടത് രണരക്തമറുതയെ ആണ്.

ശെന്താവ് ലോറിയുടെ മുകളിൽ എഴുന്നേറ്റു നിന്നു.

പിന്നെ ധ്യാനനിരതനായി വേൽ കൈയിലെടുത്ത് അന്തരീക്ഷത്തിൽ ചില അക്ഷരങ്ങൾ കുറിച്ചു...

'ഓം വചത് ഭുവേ നമ...'

ദണ്ഡായുധപാണിയെ മനസിൽ ധ്യാനിച്ച് ആ വേൽ പിന്നാലെ പാഞ്ഞുവരുന്ന ടോറസ് ലോറിയുടെ നേർക്ക് എറിഞ്ഞു.

ആ ആയുധം ടോറസിന്റെ ചില്ലു തകർത്ത് അകത്തെ സീറ്റിന്റെ ചാരിൽ തറച്ചു നിന്നു.

അതിന്റെ ഡ്രൈവർ വിറച്ചുപോയി.

അയാളുടെ കാൽ അറിയാതെ ബ്രേക്കിൽ അമർന്നു പോയി.

വണ്ടി നിന്നു.

പച്ചക്കറിലോറിയും നിന്നു.

ശെന്താവ് അതിൽ നിന്ന് ചാടിയിറങ്ങി ടോറസ് ലോറിയിലേക്ക് കയറി ഡ്രൈവറുടെ കരണം തീർത്ത് ഒന്നു കൊടുത്തു

'ഇങ്ങനെയാണോടാ എരണം കെട്ടവനേ വണ്ടിയോടിക്കുന്നത്. നിനക്ക് ആരാടാ ലൈസൻസ് തന്നത്....?'

എന്താണ് സംഭവിച്ചതെന്ന് ഡ്രൈവർക്ക് ഒരു പിടിയും കിട്ടിയില്ല.

ഇന്നലത്തെ റമ്മിന്റെ കുപ്പിയിൽ ഇത്തിരി ബാക്കിയുണ്ടായിരുന്നത് മോന്തിയിരുന്നു, ഇനി അതിന്റയാണാവോ.

ഡ്രൈവർ കൈകൂപ്പി

'മന്നിച്ചിടുങ്കോ അയ്യാ..'

'ഉം. മന്നിച്ചു..'

ശെന്താവ് സീറ്റിൽ നിന്ന് വേൽ ഊരിയെടുത്ത് പുറത്തിറങ്ങി.

എന്നിട്ട് ആ ടോറസ് ലോറിയുടെ മുന്നിൽ വന്ന് അതിനെ ആകമാനം നോക്കി

'രണരക്തമറുതേ.... കളി എന്നോടു വേണ്ട.... നീ പോ..'

ശെന്താവ് പറഞ്ഞു.

അതുകേട്ട് ഡ്രൈവർ വായ്പൊളിച്ചു നിന്നു.

പച്ചക്കറിവണ്ടിയുടെ ഡ്രൈവറും ക്ലീനറും കൂടി വണ്ടിക്കും ചുറ്റും നടക്കുകയായിരുന്നു.

വണ്ടി നിന്നുപോയി.

എന്തുചെയ്തിട്ടും സ്റ്റാർട്ടാകുന്നില്ല.

ശെന്താവ് ഇത് കണ്ട് വേലു കൊണ്ട് വണ്ടിയിൽ ഒന്നു തട്ടി.

'ഒരു കുഴപ്പവുമില്ല ഭായ്... നിങ്ങൾ വണ്ടി സ്റ്റാർട്ട് ചെയ്തേ.'

ഡ്രൈവർ സംശയത്തോടെ ശെന്താവിനെ ആകമാനം നോക്കി.

അവൻ ഒരു ഭ്രാന്തനാണെന്ന നിഗമനത്തിൽ ഡ്രൈവറും ക്ലീനറും അത് ശ്രദ്ധിച്ചില്ല.

ശെന്താവ് ആ പച്ചക്കറി വണ്ടിയുടെ ഡ്രൈവിങ് സീറ്റിലേക്ക് കയറി.

കീ അതിൽ ഉണ്ടായിരുന്നു.

അവൻ വണ്ടി സ്റ്റാർട് ചെയ്തു.

അതോടെ ഡ്രൈവറും ക്ലീനറും ഞെട്ടിപ്പോയി.

ശെന്താവ് പുറത്തേക്ക് തലയിട്ടു പറഞ്ഞു.

'നിങ്ങള് സംശയം തീർത്ത് പതിയെ പോരെ.. എനിക്കിത്തിരി ധൃതിയുണ്ട്...'

അവൻ അതിവേഗം വണ്ടി പായിച്ചു....

'ഹേയ്.. നിർത്തെടാ..'
ഡ്രൈവറും ക്ലിനറും പിന്നാലെയോടി.
വണ്ടി അതിവേഗം പാഞ്ഞുപോയി.

• 47 •

'ഹേയ്.. നിർത്തെടാ..'
ഡ്രൈവറും ക്ലിനറും പിന്നാലെയോടി.
വണ്ടി അതിവേഗം പാഞ്ഞുപോയി.

13

അത് തിപ്പംപട്ടി എന്ന സ്ഥലമായിരുന്നു.

പിന്നെ തിരക്കേറിയ പൊള്ളാച്ചിയിലൂടെ നിർത്താതെ വണ്ടിയോടിച്ചു.

പൊള്ളാച്ചി കൊഴിഞ്ഞാമ്പാറ റോഡിലൂടെ അതിവേഗതയിൽ വണ്ടിയോടി..

അൽപദൂരം ചെന്നപ്പോൾ നടുപുണി ചെക്ക് പോസ്റ്റ് കണ്ടു.

വാഹനങ്ങളുടെ നീണ്ട നിര.

ശെന്താവ് കാത്തുനിൽക്കാനൊന്നും മിനക്കെട്ടില്ല.

അവൻ റോഡിന്റെ വലതുവശം ചേർത്ത് വണ്ടി പായിച്ചു.

ചെക്ക്പോസ്റ്റിന്റ തടസങ്ങളെല്ലാം ഇടിച്ചുതെറുപ്പിച്ചുകൊണ്ട് ആ വണ്ടി പാഞ്ഞു.

കാവലുണ്ടായിരുന്ന ഒരു സംഘംപോലീസുകാർ വണ്ടി തടയാൻ ശ്രമിച്ചെങ്കിലും നടന്നില്ല.

ആ വണ്ടിയുടെ വരവ് കണ്ട് എതിരേ വന്ന വാഹനങ്ങളെല്ലാം വഴിയൊഴിഞ്ഞുകൊടുത്തു.

ഒരു പോലീസ് ജീപ്പ് ആ വാഹനത്തെ പിന്തുടർന്നു.

റിയർവ്യൂ മിററിലൂടെ പോലീസ് വാഹനം കണ്ട ശെന്താവ് പിറുപിറുത്തു

'ഇവന്മാരെന്നെ അവിടെ നേരത്തെയെത്തിക്കും...'

കേരളാതിർത്തി കടന്നുള്ള വിജനമായ പാതയാണ്. ഇരുവശത്തും കൃഷിയിടങ്ങളാണ്

പോലീസ് വണ്ടി പിന്നാലെതന്നെയുണ്ട്.

ശെന്താവ് ആക്ലിലേറ്ററിൽ പരമാവധി കാലമർത്തി..

ഗട്ടറുകൾ നിറഞ്ഞ പാതയെണെങ്കിലും വണ്ടി അതിവേഗമോടി.

വാഹനത്തിനകത്ത് എന്തോ ഒരു മുരൾച്ച കേട്ടതുപോലെ ശെന്താവിന് തോന്നി.

സ്റ്റിയറിംഗിനടിയിൽ നിന്ന പുക വരുന്നുണ്ട്.

പൊടുന്നനെ ക്യാബിനിലേക്ക് തീ പടർന്നു പിടിച്ചു.

പെട്രോൾ ഒഴിച്ചാലെന്നപോലെ വണ്ടിയിൽ തീയാന്തിപ്പിടിച്ചു.

ആ തീനാളങ്ങൾക്കുള്ളിൽ ശെന്താവ് ഒരു വികൃതമുഖം വ്യക്തമായി കണ്ടു.

തീക്കുട്ടി ഗുളികൻ.

ശെന്താവ് മനസുറപ്പിച്ച് ജലചാമുണ്ഡിയെ ധ്യാനിച്ചു.

'....വരദ വരദ കാമിനി മാഹാമായ മഹാജല ചണ്ഡികേ..

സമുദ്രമർദ്ദിനീ ദേവി ഭയങ്കരജലരൂപിണീ....'

ശെന്താവ് വായ് തുറന്ന് നീട്ടി തുപ്പി

ജലം പൈപ്പിൽ നിന്നെന്നപോലെ അവന്റെ വായിൽ നിന്ന് ഒഴുകാൻ തുടങ്ങി..

അന്തരീക്ഷത്തിൽ നൃത്തം വച്ചുകൊണ്ട് ആ ജലം ഒരു സ്ത്രീയുടെ രൂപം കൈവരിച്ചു.

പിന്നെ അത് നീണ്ട നാവു ചുഴറ്റി തീനാളങ്ങളെ നക്കിത്തുടച്ചു.

തീനാളങ്ങൾക്കിടയിൽ നിന്ന് ഒരു ദീനരോദനം പുറപ്പെട്ടു.

കീഴടക്കപ്പെട്ട് മരണത്തിലേക്ക് നയിക്കപ്പെടുന്ന ഒരു ഇരയുടെ പ്രാണവേദനയോടെയുള്ള കരച്ചിലായിരുന്നു അത്. തീക്കുട്ടിഗുളികൻ ജലചാമുണ്ഡിയുടെ നാവുകളിൽ അലിഞ്ഞില്ലാതെയായി.

ശെന്താവ് ഉറക്കെ ചിരിച്ചു.

മുത്താറമലയിലെ മന്ദാരയക്ഷി വെറുതെയിരിക്കുന്നില്ലല്ലോ.

പോലീസ് വാഹനം പിന്നാലെ വരുന്നത് റിയർവ്യൂമിററിലൂടെ കാണാമായിരുന്നു,

'ഇവന്മാര് പണിയുണ്ടാക്കും....'

ശെന്താവ് വാഹനം വഴിയുടെ അരികിൽ ചേർത്ത് നിർത്തി.

പിന്നാലെ വന്ന പോലീസ് വണ്ടി അവന്റെ വാഹനത്തിന്റെ മുന്നിൽ കയറ്റി നിർത്തി.

പോലീസ് വണ്ടിയിൽ നിന്ന് ഏതാനും കാക്കിധാരികൾ ചാടിയിറങ്ങി വന്നു.

ശെന്താവ് അവന്റെ സാമഗ്രികളും വേലും പിന്നെ വാണ്ടിയുടെ താക്കോലും ഊരിയെടുത്ത് പുറത്തേക്കിറങ്ങി.

മുന്നിൽ വന്ന പോലീസുകാരൻ അവനെ അടിക്കാൻ കൈയോങ്ങി

'നായിന്റെ മോനേ... നീ പോലീസുകാരെ കളിപ്പിക്കാറായോ..?'

ശെന്താവ് ആ പോലീസുകാരന്റെ കൈയിൽ പിടിച്ചു. എന്നിട്ടൊന്നു തിരിച്ചു.

അയാളുടെ കൈ മുട്ടിൻമേൽ വച്ച് ഒടിഞ്ഞുതൂങ്ങി.

അയാൾ നിലവിളിച്ചു.

'നായിന്റെ മോനേ എന്ന് നിന്റെ തന്തയെ വിളിച്ചാൽ മതി... അതല്ലേൽ നീ തന്നെത്താനെ വിളി.. അതല്ലേ സാറേ അതിന്റെ ശരി..'

ശെന്താവ് ശാന്തനായി തൊട്ടടുത്തു നിന്ന പോലീസുകാരന്റെ തോളിൽ തട്ടി ചോദിച്ചു.

പോലീസുകാർ കുപിതരായി

'എടാ മൈ..'

ശെന്താവ് ഞൊടിയിടയിൽ പിസ്റ്റലെടുത്ത് നാലുപേരുടെ കാൽമുട്ടുകൾ വെടി വച്ചു തകർത്തു.

അവിടെ കൂട്ടനിലവിളി ഉയർന്നു.

ശെന്താവ് പോലീസ് ഡ്രൈവറെ നോക്കി.

അയാൾ വാക്കിടോക്കി എടുത്ത് എന്തോ പറയാൻ ശ്രമിക്കുകയായിരുന്നു..

ഒരു വെടിക്ക് ശെന്താവ് അയാളുടെ തല തകർത്തു.

അവൻ പതിയെ ജീപ്പിനടുത്തേക്കു ചെന്ന് അതിനകത്തു തലയിട്ടു നോക്കി.

വേറെയാരുമില്ല.

അവൻ ഡ്രൈവറുടെ ജഡം വലിച്ചു പുറത്തേക്കിട്ടിട്ട് ഡ്രൈവിംഗ് സീറ്റിൽ കയറിയിരുന്ന് ജീപ്പ് മുന്നോട്ടെടുത്തു.

എന്നിട്ട് നിലത്തുവീണു വേദനയോടെ പുളയുന്ന പോലീസുകാരോട് അവൻ പറഞ്ഞു

'ആവുന്ന തായത്തിൽ കളിച്ചാപ്പോരേ സാറുമ്മാരേ..... ഇനി ഇതിന്റെ പേരിൽ വേറേ സാറുമ്മാരെ കൂട്ടി എന്റെ പിന്നാലെ വന്നാൽ നിന്റെയൊക്കെ വീട്ടിലിരിക്കുന്നവരു കൂടി നിരങ്ങും... പറയുന്നത് ശെന്താവാ ഓർത്തോ..'

ശെന്താവ് ജീപ്പ് മുന്നോട്ടെടുത്തു.

ഡാഷ്ബോർഡിലിരുന്ന് പോലീസ് വാക്കിടോക്കി എന്തെക്കെയോ പറയുന്നുണ്ടായിരുന്നു.

ശെന്താവ് അതിനോട് പറഞ്ഞു

'ദാറ്റ് ബിഗ് പ്രോബ്ലം ഈസ് സോൾവെഡ്... ഓവർ..'

അതും പറഞ്ഞ് അവൻ അതെടുത്ത് പുറത്തേക്കു വലിച്ചെറിഞ്ഞു.

പിന്നെ അവൻ അതിവേഗം ജീപ്പു പായിച്ചു.

14

മുത്തറാമലയിൽ കണ്ടകറ്റന്റെ മുന്നിൽ ഒരു നാഗത്തെപ്പോലെ ആടിക്കൊണ്ട് ധ്യാനത്തിൽ ഇരിക്കുകയാണ് സലോമി.

പന്തംപോലെ കത്തിക്കൊണ്ടിരിക്കുന്ന ഒരു വലിയ നിലവിളക്ക് മുന്നിലുണ്ട്.

പൊടുന്നനെ ആ കുട്ടിൽ ഒന്നാടിയുലഞ്ഞതുപോലെ തോന്നി..

അടുത്ത നിമിഷം ആരോ തട്ടിത്തെറിപ്പിച്ചപോലെ ആ കുറ്റൻ നിലവിളക്ക് തെറിച്ചുപോയി.

പൂജാമുറിയുടെ മൂലയിൽ കൂട്ടിയിട്ടിരുന്ന പഴയ ചുവന്ന പട്ടുകൾക്ക് തീപിടിച്ചു.

പഴയ പലക കൊണ്ടടിച്ച ഭിത്തി കത്താൻ തുടങ്ങി.

സലോമി ഞെട്ടലോടെ ധ്യാനത്തിൽ നിന്നുണർന്നു.

ഉത്തസ്വാമി അവളുടെ നാസാരന്ധ്രങ്ങളിലൂടെ പുറത്തു വന്നു

ആ അരൂപി അലറി

'രണരക്തമരുത തോറ്റോടി വന്നതാണ്... തീക്കുട്ടി ഗുളികനെ ജലചാമുണ്ഡി കൊന്നു......'

ചുറ്റും തീയാളിപ്പടർന്നു.

സലോമി സ്തബ്ധയായി ഇരുന്നു.

ഉത്തസ്വാമിയുടെ അരൂപം അഗ്നിക്ക് നേരേ ഊതി.

തെക്കൻനീർക്കാളിയമ്മയുടെ മന്ത്രം ജപിച്ചുകൊണ്ട് ഉത്തസ്വാമി ഊതിക്കൊണ്ടേയിരുന്നു.

കരിനാഗം വഴിമാറിപ്പോയതോടെ വരലക്ഷ്മിയും ആർദ്രയും കാട്ടുപാതയിലൂടെ മുന്നോട്ടു നടന്നു.

ഭയം വിട്ടുമാറിയിട്ടില്ല.

ഇനിയും എന്തെക്കെയാണോ സംഭവിക്കാൻ പോകുന്നത്.

വരലക്ഷ്മി മുകളിലേക്ക് നോക്കി.

ഏതെങ്കിലും ദുർമൂർത്തി ചാടി വീഴാൻ ത്ക്കം പാർത്തു നിൽക്കുന്നുണ്ടോ

വൃക്ഷത്തലപ്പുകൾക്കിടയിലൂടെ നട്ടുച്ചസൂര്യൻ മറഞ്ഞുകളിക്കുന്നു.

'സമയമെന്തായി മോളെ?'

വരലക്ഷ്മി തിടുക്കപ്പെട്ടു നടക്കുന്നതിനിടെ ചോദിച്ചു.

ആർദ്ര വാച്ചിൽ നോക്കി.

അത് പതിനൊന്ന് മണിക്ക് നിന്നിരിക്കുകയാണ്.

'ഇത് ചത്തിരിക്കുകയാണമ്മേ?'

'ഭഗവതീ, ഇന്ന് ദുർഗാഷ്ടമിയാണ്. നട്ടുച്ച പന്ത്രണ്ടുമണിക്കു മുമ്പ് ഈ വാളും മണിയും വനദുർഗയുടെ നടയ്ക്കൽ വയ്ക്കണം.'

പൊടുന്നനെ കാറ്റ് ആഞ്ഞുവീശാൻ തുടങ്ങി.

കാട് ഇരുണ്ടു.

വെയിൽ മറഞ്ഞു.

വരലക്ഷ്മിയും മകളും വേഗം നടന്നു.

15

തെക്കൻനീർക്കാളിയമ്മയുടെ സഹായത്താൽ തീയണച്ചു കഴിഞ്ഞ ഉത്തസ്വാമി സലോമിയുടെ ശരീരത്തിൽ തിരികെ പ്രവേശിച്ചു.

കണ്ടകറ്റന് മനുഷ്യരക്തം കൊടുത്താൽ ആ മൂർത്തി പ്രസാദിച്ച് എന്തും ചെയ്യും.

ഉത്തസ്വാമിയുടെ പ്രേരണയാൽ സലോമി കത്തിയെടുത്ത് കൈത്തണ്ടയിലെ ഞരമ്പ് മുറിച്ചു.

രക്തം ചീറ്റിയൊഴുകാൻ തുടങ്ങി.

രക്തം കണ്ടകക്കറ്റന്റെ ശിലാവിഗ്രഹത്തിലേക്ക് ഒഴിച്ചുകൊണ്ട് സലോമിയുടെ ചുണ്ടുകളിലൂടെ ഉത്തസ്വാമി ശത്രുസംഹാര മന്ത്രം ചൊല്ലാൻ തുടങ്ങി.

'ഭീത ഭീത ഉഗ്ര പ്രചണ്ഡ പ്രചണ്ഡ കണ്ട കറ്റാ..

ഘന ഘന പച പച സംഹര സംഹര കണ്ട കറ്റാ...'

നാഗക്കാട്ടിലെ വനദുർഗാക്ഷേത്രം കാണാറായി.

കാട്ടുവള്ളിക്കെട്ടുകൾ മൂടി കാടുമൂടിയ ഒരു ക്ഷേത്രം.

ചുറ്റും വന്മരങ്ങൾ

മുന്നിലെ കൽവിളക്കുപോലും കാട്ടുവള്ളികൾ പൊതിഞ്ഞു അദൃശ്യമായിരുന്നു.

കാറ്റടിച്ചപ്പോൾ കരിയിലകൾ പറന്നുപൊങ്ങി.

ഉഗ്രമായ പ്രചണ്ഡവാതത്തിൽ കൂറ്റൻ കാട്ടുവള്ളികൾ ഭീകരമായ ശബ്ദത്തോടെ ആടിയുലഞ്ഞു.

വരലക്ഷ്മിയും ആർദ്രയും ഭയത്തോടെ ക്ഷേത്രമുറ്റത്തേക്ക് നടന്നടുത്തു.

ശ്രീകോവിൽ കാണാൻ വയ്യ.

കാടുമൂടിയ വിളക്കുമാടവും ബലിക്കൽപ്പുരയും ഇടിഞ്ഞുവീഴാറായിരിക്കുന്നു.

വരലക്ഷ്മി ബലിക്കൽപ്പുരയുടെ വാതിൽ പോലെ തോന്നിച്ച ഒരു ദ്വാരത്തിലൂടെ അകത്തേക്ക് നോക്കി.

അകത്ത് ഇരുട്ട് മാത്രം.

പച്ചപ്പടർപ്പിന്നുള്ളിലെ ഒരു ഗുഹ പോലെ തോന്നിച്ചു അത്.

വരലക്ഷ്മി പ്രാർത്ഥിച്ചു

'ഭഗവതീ രക്ഷിച്ചാലും....'

പൊടുന്നനെ ഒരു ഇടിവെട്ടി..

അവൾ നടുങ്ങിപ്പോയി...

മഴ ആർത്തലച്ചു പെയ്യാൻ തുടങ്ങി.

മിന്നലിൽ ഒരു മരശിഖരത്തിന് തീ പിടിച്ചിരിക്കുന്നു. അത് ആളികത്തുകയാണ്.

കാറ്റിൽ ഒരു കൂറ്റൻമരം കടപുഴകി ഒരു വശത്തേക്കു ചെരിഞ്ഞു.

അവർ നനഞ്ഞുകുതിർന്നു.

വരലക്ഷ്മി കൈയിലുള്ള വാളും മണിയും പിടിച്ചുകൊണ്ട് എന്തുചെയ്യണമെന്നറിയാതെ ഭയന്നുവിറച്ചു നിന്നു.

വെള്ളി വാളും മണിയും വനദുർഗയുടെ നടയ്ക്കൽ വയ്ക്കണമെന്നാണ് ആറ്റുകാൽ ശർമാജി പറഞ്ഞിരിക്കുന്നത്.

പൊടുന്നനെ ഒരു ശബ്ദം കേട്ടു നോക്കിയപ്പോൾ മുകളിലെ മരക്കൊമ്പിൽ നിന്നും ഒരു സർപ്പം താഴെ വീണ് ഇഴഞ്ഞുപോകുന്നതാണ് കണ്ടത്.

'അമ്മേ?'

ആർദ്ര നിലവിളിയോടെ അമ്മക്കടുത്തേക്ക് നീങ്ങി.

'ആർദ്രേ..?'

'എന്തിനാ അമ്മേ ഇങ്ങോട്ടു വന്നേ.. ചാകാനാണോ. .അതിന് ആ പ്രേതാലയത്തിൽ തന്നെ കിടന്നാൽ പോരായിരുന്നോ..'

'നീയൊന്നു മിണ്ടാതിരി.. ഈ വാളും മണിയും ഇവിടെ വച്ചിട്ട് നമുക്ക് വേഗം തിരികെ പോകാം. നീയിവിടെ നിൽക്കൂ..'

വരലക്ഷ്മി ധൈര്യം സംഭരിച്ച് ബലിക്കൽപ്പുരക്കു സമീപത്തേക്കു നീങ്ങി.

ഇതേസമയം മുത്താറമലയിൽ സലോമിയുടെ കൈത്തണ്ടയിൽ നിന്നുള്ള രക്തം കണ്ടകറ്റന്റെ ശിലയിൽ വീണ് അപ്രത്യക്ഷമായി.

ആ ശിലയിൽ നിന്ന് ഉഗ്രമായ ഒരു താപം പുറപ്പെടുകയും പുറത്തേക്കു പാഞ്ഞുപോവുകയും ചെയ്തു.

നാഗക്കാട് അടിമുടി ഒന്നു വിറച്ചു.

അന്തരീക്ഷത്തിൽ നിന്നും കൊള്ളിയാൻ കണക്കെ ഒരു തീയുണ്ട ശ്രീകോവിലിനകത്തേക്കു പാഞ്ഞു കയറി.

വരലക്ഷ്മി ഘോരമായി പെയ്യുന്ന മഴയെ വകവയ്ക്കാതെ ബലിക്കൽപ്പുരയുടെ കാടുപിടിച്ചു കിടക്കുന്ന കവാടത്തിലേക്കു നീങ്ങി.

വിറക്കുന്ന കൈകകളോടെ വെള്ളിവാളും മണിയും മഴയിൽ നനഞ്ഞുകുതിർന്ന പട്ടിൽ നിന്ന് പുറത്തെടുത്തുകൊണ്ട് അവൾ അതിനകത്തേക്ക് നോക്കി.

കനത്ത ഇരുട്ട് മാത്രം.

പൊടുന്നനെ അകത്തെ ഇരളിൽ നിന്ന് ഒരു വലിയ നീണ്ടനാവ് പുറത്തേക്ക് വന്ന് വരലക്ഷ്മിയെ പിടികൂടി.

അവൾ ഭയന്നു നിലവിളിച്ചു.

പക്ഷേ ധൈര്യം കൈവെടിഞ്ഞില്ല.

മണി താഴെയിട്ടിട്ട് വലം കൈയിൽ വെള്ളിവാൾ പിടിച്ചുകൊണ്ട് വരലക്ഷ്മി കൽവിളക്കിൽ ഇടതുകൈ കൊണ്ട് മുറുകെ പിടിച്ചു.

ഇതു കണ്ട് ആർദ്ര നിലവിളിച്ചു.

അവൾ അമ്മക്കടുത്തേക്ക് ഓടിയടുക്കാൻ ആഞ്ഞെങ്കിലും മുകളിലെ മരശിഖരത്തിൽ നിന്നും ഒരു വലിയ സർപ്പം അവളെ പിടികൂടി മുകളിലേക്കു വലിച്ചു.

അവൾ ബന്ധനസ്ഥയായി അന്തരീക്ഷത്തിൽ തൂങ്ങിയാടി.

ആഞ്ഞടിക്കുന്ന കാറ്റിൽ വൃക്ഷക്കൊമ്പുകൾ ആടിയുലഞ്ഞു.

മഴ പേമാരിയായി നിന്നു പെയ്യുകയായിരുന്നു.

ആർദ്രയെ സർപ്പം പിടികൂടിയിരിക്കുന്നത് വരലക്ഷ്മി കണ്ടു.

അവൾ ഉറക്കെ കരഞ്ഞു.

വലംകൈയിലെ വെള്ളിവാൾ കൊണ്ട് തന്നെ പിടികൂടിയ നീരാളിക്കൈപോലുള്ള ആ കൂറ്റൻ നാവിൽ അവൾ ആഞ്ഞുവെട്ടി.

ശ്രീകോവിലിനകത്തെവിടെയോ ഭീതിദമായ ഒരു മുരൾച്ച ഉണ്ടായി.

ചുടുള്ള ഒരു കാറ്റ് പുറത്തേക്കടിച്ചു.

ഒരു നിശ്വാസം പോലെ തോന്നിച്ചു അത്.

അവൾ വീണ്ടു ആഞ്ഞു വെട്ടി.

കരിച്ചുവപ്പുള്ള രക്തം അതിൽ നിന്ന് ചീറ്റിയെഴുകി.

അരക്കെട്ടിലാണത് പിടിമുറുക്കിയിരിക്കുന്നത്.

അവിടം വിട്ടുപോകുന്നതുപോലെ വരലക്ഷ്മിക്ക് തോന്നി.

ആ സമയം ഭൂമിയെ പ്രകമ്പനം കൊള്ളിച്ചുകൊണ്ട് ഒരു പോലീസ് ജീപ്പ് അവിടേക്കു പാഞ്ഞു വന്നു.

അതിൽ നിന്ന് അവൻ ചാടിയിറങ്ങി.

ശെന്താവ്..!

16

വരലക്ഷ്മി വേദനകൊണ്ട് പുളയുന്നതിനിടയിൽ അവനെ കണ്ടു.

അവൾ നിലവിളിയോടെ പറഞ്ഞു

'എന്റെ മോളെ രക്ഷിക്കൂ...'

ശെന്താവ് വരലക്ഷ്മി വാൾ ചൂണ്ടിയ ദിക്കിലേക്ക് നോക്കി.

അന്തരീക്ഷത്തിൽ സർപ്പത്തിന്റെ പിടിയിൽ കിടന്നുപിടയുന്ന ആർദ്രയെ കണ്ടു.

അവൻ പിസ്റ്റളെടുത്ത് സർപ്പത്തിന്റെ ഫണം ലക്ഷ്യമാക്കി നിറയൊഴിച്ചു.

അതിന്റെ പത്തി ചിതറിപ്പോയി.

ശക്തി ക്ഷയിച്ചതോടെ സർപ്പത്തിന്റെ പിടിവിട്ടു.

ആർദ്ര ഊർന്നു താഴെ വീണു.

അവൾ അർദ്ധബോധാവസ്ഥയിലായിരുന്നു.

ശെന്താവ് ഓടി വരലക്ഷ്മിക്കരികിലെത്തി.

അവൻ അവളുടെ കൈയിൽ നിന്ന് വാൾ വാങ്ങി ശക്തിയോടെ ആ നാവിന് നേരേ വെട്ടി.

ആപ്രഹരം താങ്ങാനാകാതെ ആ നീരാളിക്കൈയ് വരലക്ഷ്മിയെ വിട്ട് ശ്രീകോവിലിനകത്തേക്കു പിൻവാങ്ങി ഒളിച്ചു.

ശെന്താവ് ജാഗ്രതയോടെ ഇരുൾ നിറഞ്ഞ ശ്രീകോവിലിനകത്തേക്ക് നോക്കി.

'അതെന്താണ്?'

വരലക്ഷ്മി ചോദിച്ചു.

'കണ്ടകറ്റന്റെ നാവ്... വനദുർഗയും പരദേവതകളും അവന്റെ അടിമയാണ്.'

'ആരാണ് കണ്ടകറ്റൻ?'

'മുത്തച്ഛൻ കൊച്ചുകുട്ടന്റെ ശത്രു ഉത്തസ്വാമിയുടെ ഉപാസനാമൂർത്തി. നമ്മുടെ മംഗലത്ത് തറവാട് നശിപ്പിച്ചത് അവനാണ്.'

ശെന്താവ് പറഞ്ഞു.

അതുകേട്ട് വരലക്ഷ്മി അവനെ വിസ്മയത്തോടെ ആരാദഛൂഡം നോക്കി.

'ആരാണ് നീ.. ഇനി ആരും അവശേഷിക്കുന്നില്ല എന്നാണ് ഞാൻ കരുതിയത്.'

'ലക്ഷ്മിയാന്റിക്കെന്നെ മനസിലായില്ലേ... ഞാൻ ദേവനാരായണൻ... അഞ്ജനയുടെ മകനാണ്.... വഴി തെറ്റിപ്പോയിരുന്നു. മൂന്നു കൊല്ലം ജയിലിൽ ആയിരുന്നു... പിന്നെ മുത്തച്ഛരന്റെ ആത്മാവ് എനിക്കടുത്തു വന്നു യുദ്ധം ചെയ്യാൻ പറഞ്ഞു....'

'ദേവാ.?'

വരലക്ഷ്മി സ്നേഹത്തോടെ വിളിച്ചു.

'എത്രനാളായെടാ നിന്നെ കണ്ടിട്ട്.... എൻറെ മകൾ....ആർദ്ര!'

വരലക്ഷ്മി പിന്നിലേക്കു നോക്കി.

പെരുമഴയത്ത് ആർദ്ര പതിയെ എഴുന്നേറ്റു വരികയാണ്.

'മോളേ...?'

വരലക്ഷ്മി ഓടിച്ചെന്ന് അവളെ പിടിച്ചെഴുന്നേൽപ്പിച്ചു.

'നിനക്കു കുഴപ്പമൊന്നുമില്ലല്ലോല്ലേ..?'

'ഇല്ലമ്മേ..'

ആർദ്ര മിഴികൾ ഉയർത്തി.

അപ്പോൾ അവൾ ശെന്താവിനെ കണ്ടു.

വരലകഷ്മി പറഞ്ഞു

'ഇതാരാണെന്ന് നിനക്കറിയാമോ?'

ആർദ്ര ഇല്ലെന്ന് തലയാട്ടി.

'ഇത് ദേവനാരായണനാണ്.... അഞ്ജനയുടെ മോൻ.'

ആർദ്ര അവനെ നന്ദിസൂചകമായി നോക്കി.

ശെന്താവ് ചോദിച്ചു:

'ആന്റിയെന്തിന് ഇങ്ങോട്ടു വന്നു... ഇവിടം ഉത്തയുടെ നിയന്ത്രണത്തിലാണ്.... എല്ലാ മൂർത്തികളും വിപരീതമായി മാറിക്കഴിഞ്ഞു. ശത്രുവാരാണ് മിത്രമാരാണ് എന്നവർക്ക് തിരിച്ചറിയാൻ കഴിയില്ല. ശത്രു പഞ്ചമൂർത്തികളെ ഇട്ടു ബന്ധിച്ചാണ് മഹാഭിചാരം ചെയ്തിരിക്കുന്നത്..'

'ഞാൻ നമ്മുടെ പൂജാമുറിയിൽ ഇരുന്ന ഈ വെള്ളിവാളും മണിയും നമ്മുടെ കുലദേവതയായ വനദുർഗയുടെ നടയ്ക്കൽ വയ്ക്കാനാണ് വന്നത്.'

'ആരാണീ മണ്ടത്തരം ആന്റിയോട് പറഞ്ഞത്...? ഈ വെള്ളിവാളും മണിയും ആ പൂജാമുറിയിൽ ഇരുന്നതുകൊണ്ടാണ് ആന്റിയും മോളും ഇത്ര കാലം അവിടെ ജീവിച്ചത്..'

'ആറ്റുകാൽ ശർമാജി പറഞ്ഞതാണ്..'

'അത്തരം തട്ടിപ്പുകാർക്ക് ഇക്കാര്യത്തിൽ ഒന്നും ചെയ്യാനാകില്ല... എന്താണ് ചെയ്യേണ്ടതെന്ന് നമ്മുടെ ആത്മാവ് മന്ത്രിക്കും... അത് നമ്മുടെ പൂർവികരുടെ മന്ത്രണമാണ്. അത് മാത്രം ചെയ്യുക..'

ശെന്താവ് അതുപറഞ്ഞ് വേൽ മുകളിലേക്കുയർത്തി.

'അടങ്ങ്.....അടങ്ങ്...മംഗലത്ത് തറവാട്ടിലെ കുലദേവതയായ വനദുർഗയുടെ നാമധേയത്തിൽ ഇപ്പോഴത്തെ കാരണവരായ മംഗലത്ത് ദേവനാരായണൻ പറയുന്നു....ഞങ്ങളുടെ പരദേവതകളേയും കാരണവന്മാരേയും വേണ്ടതെല്ലാം തന്ന് പ്രിതീപ്പെടുത്തിക്കോളാം... ശത്രുക്കൾ ഇവിടം വിടുക....'

ആ ശബ്ദം പേമാരിയുടെ ഹുങ്കാരത്തിന് മേൽ കാട്ടിൽ മാറ്റൊലി കൊണ്ടു.

ഏതാനും നിമിഷങ്ങൾക്കകം അത്ഭുതകരമായി മഴയും കാറ്റും ശമിച്ചു.

വരലക്ഷ്മിയും ആർദ്രയും വിസ്മയത്തോടെ ദേവനാരായണനെ നോക്കി.

അവൻ നിലത്തു കിടന്നിരുന്ന മണി കുനിഞ്ഞെടുത്തു.

അത് നെഞ്ചോട് ചേർത്ത് പ്രാർത്ഥിച്ചിട്ട് അതും വാളും വരലക്ഷ്മിയുടെ കൈയിൽ കൊടുത്തു.

എന്നിട്ട് വേലുമായി മുന്നോട്ടു നീങ്ങി.

'വരൂ..'

ബലിക്കൽപ്പുരയിലെ കാടും പടർപ്പും പറിച്ചു നീക്കി അവൻ നിർഭയനായി മുന്നോട്ടു നീങ്ങി.

വേൽ നിലത്തു കുത്തി ശബ്ദമുണ്ടാക്കി..

ആ ശബ്ദമാണല്ലോ തങ്ങൾ വഴിമുടക്കിയ കരിമൂർഖനെ ഓടിച്ചുകളഞ്ഞതെന്ന് വരലക്ഷ്മി ഓർത്തു.

ചുറ്റമ്പലവും നമസ്കാരമണ്ഡപവും കാടുമൂടിയിരുന്നു.

അവൻ കുറേയൊക്കെ പറിച്ചു നീക്കി.

വനദുർഗയുടെ വിഗ്രഹം കാണാറായി.

അതിന് മേൽക്കൂരയില്ലായിരുന്നു.

ദേവനാരായണൻ വേൽ ശ്രീകോവിലിന് മുന്നിലായി ആഴത്തിൽ കുത്തി നിർത്തി.

വരലക്ഷ്മിയുടെ കൈയിൽ നിന്ന് വാളും മണിയും വാങ്ങി നടയിൽ വച്ചു

എന്നിട്ട് പ്രാർത്ഥിച്ചു.

'ഭഗവതീ, നാളെത്തന്നെ ഈ ക്ഷേത്രത്തിന്റെ പുനരുദ്ധാരണം ആരംഭിക്കൂ. മംഗലത്ത് തറവാടിന്റെ ശക്തിയായ നാഗക്കാട്ട് വനദുർഗാഭഗവതിയും പരിവാരങ്ങളും പൂർവാധികം ശക്തിയോടെ പരിലസിച്ചാലും. ഇനി അവശേഷിക്കുന്ന തറവാട്ടുകാരെ കാത്തുരക്ഷിച്ചാലും ഈ നാടിനെ രക്ഷിച്ചാലും. ശത്രുക്കളെ നിഗ്രഹിച്ചാലും.'

ദേവനാരായണന് പിന്നിൽ വരലക്ഷ്മിയുടെ ആർദ്രയും തൊഴുതു നിന്നു.

പിന്നെ വാളും മണിയും തിരികെ എടുത്തിട്ട് അവൻ വരലക്ഷ്മിയോടു പറഞ്ഞു.

'ഇത് നമ്മുടെ പൂജാമുറിയിൽത്തന്നെ തിരികെ വയ്ക്കണം.. നാളെത്തന്നെ ഇവിടം വൃത്തിയാക്കാൻ ആളുകളെ കൊണ്ടുവരണം.'

'ഇനി മോനാണ് മംഗലത്ത് തറവാടിന്റെ കാരണവർ. മോന്റെ ഇഷ്ടം പോലെ ചെയ്യൂ...'

അവർ മൂവരും പുറത്തു കടന്നു.

പുതിയ ഒരു അന്തരീക്ഷം അവിടെ സംജാതമായതുപോലെ വരലക്ഷ്മിക്ക് തോന്നി.

അവർ ദീർഘമായി നിശ്വസിച്ചു.

'ഒരു പോസിറ്റീവ് എനർജി വന്നിരിക്കുന്നു..'

'അതെ ആന്റി ദുരാത്മാക്കളും പൈശാചിക ശക്തികളും ശത്രുബാധകളും ഓടിപ്പോയിരിക്കുന്നു. ഇവിടെയിനി നമ്മുടെ രക്ഷകർ മാത്രമേയുള്ളൂ.... ശിക്ഷകരില്ല.'

ദേവനാരായണൻ പറഞ്ഞു.

'എന്നാൽ വരൂ ദേവേട്ടാ നമുക്ക് വീട്ടിലേക്ക് പോകാം.'

ആർദ്ര അറിയാതെ അവന്റെ കൈ പിടിച്ചുപോയി.

ദേവനാരായണൻ ചിരിയോടെ അവളുടെ കൈയിൽ മുറുകെ പിടിച്ചു.

അപ്പോഴാണ് അവൻ വന്ന പോലീസ് ജീപ്പ് അവിടെ കിടക്കുന്നത് കണ്ടത്.

ആർദ്ര സംശയത്തോടെ ചോദിച്ചു:

'പോലീസ് ജീപ്പിലാണോ വന്നത്?'

'അതേല്ലോ...'

'അപ്പോ ജയിലീന്ന് നേരേ പോലീസിലെടുത്തോ...?'

'യേസ്...'

അവൻ പോലീസ് ജീപ്പിന്റെ ഡോർ തുറന്നുകൊണ്ട് പറഞ്ഞു

'കയറൂ.'

അവർ ആ ജീപ്പിൽത്തന്നെ മംഗലത്ത് തറവാട്ടിലേക്കു പോയി.

അവിടെ മഴപെയ്ത ലക്ഷണമൊന്നുമില്ല.

ദേവനാരായണൻ തറവാടിന്റെ പൂജാമുറി തുറന്ന് വിളക്കുകൊളുത്തി വെള്ളിവാളും മണിയും പീഠത്തിൽ പ്രതിഷ്ഠിച്ചു.

പിന്നെ ഏറെ നേരം ധ്യാനത്തിലമർന്നു.

പരദേവതമാരുടേയും കാരണവന്മാരുടേയും സാന്നിദ്ധ്യം അവിടെ അവൻ അനുഭവിച്ചറിഞ്ഞു.

അതുകഴിഞ്ഞ് തറവാട്ടുകാരണവന്മാർ മാത്രം ഉപയോഗിക്കാറുള്ള ഉമ്മറത്തെ ചാരുകസേരയിൽ വന്നു ചാരിക്കിടന്നു.

ഹരിതാഭമായ തൊടിയും പുല്ലുകയറിയ മുറ്റവും കണ്ടു.

'വീടൊന്ന് തെളിഞ്ഞത് ഇപ്പഴാട്ടോ.. എന്തോ ഇരുട്ടുകയറിയ പ്രതീതിയായിരുന്നു ഈ കാലമെത്രയും ഇവിടെ..'

വരലക്ഷ്മി ചായയുമായി വന്നു.

ദേവനാരായണൻ ചായ വാങ്ങിക്കുടിച്ചുകൊണ്ട് മുറ്റത്തു കിടന്ന പോലീസ് ജീപ്പിനെ നോക്കി ആലോചിച്ചു

ഇത് പെയിന്റുമാറ്റി ചുമ്മാ അങ്ങ് ഓടിച്ചാലോ...അതോ വല്ല കായലിലും കൊണ്ടുചെന്നു തള്ളണോ...

♾

മുത്താറമലയിലെ കുടിലിൽ ഒരു സ്ഫോടനമുണ്ടായി.

കണ്ഠകക്കറ്റന്റെ വിഗ്രഹം പൊട്ടിത്തെറിച്ചു.

സലോമി ആരോ എടുത്തെറിഞ്ഞതുപോലെ മുറ്റത്തു വന്നു വീണു.

അവളുടെ കൈത്തണ്ടയിൽ നിന്നും രക്തം വരുന്നത് ശമിച്ചിരുന്നില്ല.

അവൾ അബോധാവസ്ഥയിലായിരുന്നു.

ഉത്തസ്വാമിയുടെ അരൂപിയായ ആത്മാവ് സലോമിയുടെ വായിലൂടെ പുറത്ത് വന്നു.

അത് അന്തരീക്ഷത്തിൽ അസ്വസ്ഥമായി തുള്ളിക്കളിച്ചു.

ആ സമയം മലയുടെ അടിവാരത്തു നിന്ന് അതിശീഘ്രം ഒരു വിചിത്രജീവി മുകളിലേക്ക് കയറി വന്നു.

അത് സലോമിയുടെ ചാരെ നിലയുറപ്പിച്ചു.

അതിന്റെ നീണ്ട നാവ് അവളുടെ ചോരയുതിരുന്ന കൈത്തണ്ടയിൽ ഒന്നു നക്കി.

ചോര അപ്രത്യക്ഷമായി. ആ മുറിവും അവിടെ കാണാനില്ലായിരുന്നു.

ആ ജീവി അതിന്റെ മുഖം സലോമിയുടെ മുഖത്തോട് ചേർത്ത് അവളെ പുണർന്നു

എന്നിട്ട് വിളിച്ചു:

'അമ്മേ.... കണ്ണു തുറക്കമേ....ഞാൻ അമ്മയുടെ മകൻ കീലദ്ധ്വജനാണ്. രാഹുപുത്രന്മാരായ മുപ്പത്തിരണ്ടു കേതുക്കളിൽ ഒന്നായ കീലകന്റെ അവതാരമാണ് ഞാൻ... അമ്മേ ... കണ്ണു തുറക്കമേ...'

അവൻ സലോമിയെ കുലുക്കി വിളിച്ചു.

സലോമി അതിയായ ക്ഷീണത്തോടെ മെല്ലെ കണ്ണുതുറന്നു.

തന്റെ മുഖത്തിന് നേരേ കണ്ട വികൃതമായ മുഖം കണ്ട് അവൾ നിലവിളിച്ചു.

'അമ്മേ.. ഇത് ഞാനാണ്..'

'അയ്യേ..'

സലോമി ആ ജീവിയെ കുടഞ്ഞുതെറിപ്പിക്കാൻ ശ്രമിച്ചു.

അതോടെ കീലകധ്വജന്റെ മുഖം വിവർണമായി.

അവൻ സലോമിയിൽ നിന്ന അകന്നുമാറി.

പിന്നെ അന്തരീക്ഷത്തിൽ അലിഞ്ഞ് അപ്രത്യക്ഷമായി.

സലോമി അമ്പരപ്പോടെ അത് നോക്കിനിന്നു..

എല്ലാത്തിനും മൂകസാക്ഷിയായി അരൂപിയായ ഉത്തസ്വാമി അന്തരീക്ഷത്തിൽ നിലകൊണ്ടു.

വിനോദ് നാരായണന്

മലയാളസാഹിത്യഭൂമികയിൽ ക്രൈം ത്രില്ലർ നോവലുകളിലൂടെയും ബാലസാഹിത്യ കൃതികളിലൂടെയും തന്റേതായ ചെറിയ ഒരിടം സ്ഥാപിച്ച എഴുത്തുകാരൻ. ഇംഗ്ലീഷിലും

മലയാളത്തിലുമായി 160 ൽ അധികം പുസ്തകങ്ങൾ എഴുതി പ്രസിദ്ധീകരിച്ചു. ആദ്യത്തെ കഥ പ്രസിദ്ധീകരിച്ചത് 1997 ൽ മംഗളം വാരിക ആയിരുന്നു. പക്ഷികൾ ചേക്കേറുന്നിടം എന്ന ആ കഥയിൽ തുടങ്ങിയ എഴുത്തു ജീവിതം ഇന്നും തുടരുന്നു. ആദ്യ നോവൽ മായക്കൊട്ടാരം 1999 ൽ മനോരാജ്യം വാരിക ഖണ്ഡശഃ പ്രസിദ്ധീകരിച്ചു. തുടർന്ന് മലയാളത്തിലെ നിരവധി പ്രസാധകരിലൂടെ പുസ്തകങ്ങൾ പ്രസിദ്ധീകരിച്ചു. പ്രമുഖ ഇല്ലസ്ട്രേറ്ററായ അനിൽ നാരായണൻ ഇദ്ദേഹത്തിന്റെ അനുജനാണ്. ഇവരുടെ കൂട്ടുകെട്ടിലൂടെ നിരവധി ബാലസാഹിത്യകൃതികൾ പ്രസിദ്ധീകരിക്കപ്പെട്ടു.

1975 ൽ തൃപ്പൂണിത്തുറയിൽ ജനിച്ചു. ഹൈസ്കൂൾ വിദ്യാഭ്യാസം ചോറ്റാനിക്കരയിൽ. എംജി യൂണിവേഴ്സിറ്റിയിൽ നിന്ന ബിരുദാനന്തര ബിരുദം നേടിയ ശേഷം പത്രപ്രവർത്തകനായി അൽപകാലം ജോലി നോക്കി. പിന്നീട് ഫ്രീലാൻസ് എഴുത്തുകാരനായി. സ്വന്തമായി പുസ്തകപ്രസാധക സംരംഭം ഉണ്ട്. നിരവധി ഹ്രസ്വചിത്രങ്ങൾ ചെയ്തു. ഇപ്പോൾ വൈക്കത്തിനടുത്തുള്ള ചെമ്പ് എന്ന ഗ്രാമത്തിൽ താമസിക്കുന്നു.

വിലാസം: ശിവരഞ്ജിനി, മത്തുങ്കൽ റോഡ്

ചെമ്പ്, വൈക്കം. കോട്ടയം ജില്ല. പിൻകോഡ് 686608

Email : boonsenter@gmail.com